நூலாசிரியர் கி. அரங்கன் (பி. 1942) கள்ளக்குறிச்சி மாவட்டம் சின்னசேலத்தில் பிறந்தவர். அண்ணாமலைப் பல்கலைக்கழகத்தில் மொழியியலில் முதுகலைப் பட்டமும் தமிழ்-ஆங்கிலம் இலக்கண அமைப்புகளின் ஒற்றுமை-வேற்றுமை குறித்த ஆய்வுக்காகத் தில்லிப் பல்கலைக்கழகத்தில் முனைவர் பட்டமும் பெற்றிருக்கிறார். இந்திய மொழிகளின் நடுவண் நிறுவனத்தில் சில ஆண்டுகள் பணியாற்றினார். அப்போது லதாக்கில் பேசப்படும் திபெத்திய-பர்மிய குடும்பத்தைச் சேர்ந்த புர்கி அல்லது பல்தி என்னும் மொழியை ஆய்வு செய்தார். அமெரிக்காவிலுள்ள எம்ஐடி நிறுவனத்தின் மொழியியல் துறையில் வருகைதரு ஆய்வாளராகவும் இருந்தார். அப்போது நோம் சோம்ஸ்கியின் வகுப்புகளில் பங்கேற்றுப் பழகும் வாய்ப்பைப் பெற்றார். பிறகு தமிழ்ப் பல்கலைக்கழகத்தில் மொழியியல் பேராசிரியராகவும் துறைத் தலைவராகவும் பணியாற்றி ஓய்வு பெற்றார். மாற்றிலக்கண மொழியியல் (1975), தொடரியல் மாற்றிலக்கண அணுகுமுறை (1985) போன்ற நூல்களை எழுதியிருக்கிறார். செம்மொழித் தமிழாய்வு நடுவண் நிறுவனம் இவருடைய ஆய்வை *Toward Formulating Formal Phonological Rules of Tolkappiyam–Ezhutthathikaram* என்னும் தலைப்பில் நூலாக வெளியிட்டிருக்கிறது. தமிழ், ஆங்கிலம் ஆகிய மொழிகளிலில் பல ஆய்வுக் கட்டுரைகளை எழுதியிருக்கும் அரங்கன், தற்போது தஞ்சையில் வசிக்கிறார்.

நோம் சோம்ஸ்கி

நவீன மொழியியலுக்கு ஓர் அறிமுகம்

கி. அரங்கன்

அடையாளம்

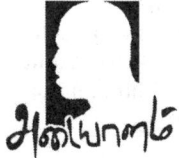

முதல் பதிப்பு 2021

© கி. அரங்கன்

வெளியீடு: அடையாளம், 1205/1 கருப்பூர் சாலை, புத்தாநத்தம் 621310, திருச்சி மாவட்டம், இந்தியா, தொலைபேசி: 04332 273444

நூல் வடிவம்: த பாபிரஸ், அச்சாக்கம்: அடையாளம் பிரஸ், இந்தியா

ISBN 978 81 7720 294 6

விலை: ₹ 150

Noam Chomsky: Naveena mozhiyiyalukku or arimukam is a book on introduction to Noam Chomsky and his contribution to modern linquistics in Tamil by Arangan, Published by Adaiyaalam, 1205/1 Karupur Road, Puthanatham 621310, Thiruchirappalli Dist., Tamilnadu, India, email: info@adaiyaalam.net

என்னுடைய கல்வியில் அக்கறை காட்டி,
எனக்கு முன்மாதிரியாகத் திகழ்ந்த,
என்னுடைய பள்ளி உடற்பயிற்சி
ஆசிரியப் பெருந்தகை
ராகவேந்திர ராவ் அவர்களுக்கு

பொருளடக்கம்

	நுழைவாயில்	ix
	சுருக்கக் குறியீடுகள்	xvi
1	சோம்ஸ்கிக்கு முன் மொழியியல்	1
2	மொழியியலில் சோம்ஸ்கியின் தாக்கம்	28
3	சோம்ஸ்கியின் மொழிசார் உளவியல்	74
4	சோம்ஸ்கியின் மொழிசார் தத்துவம்	100
5	சோம்ஸ்கியும் அரசியலும்	116
	விரிவான வாசிப்பிற்கு	132
	உசாத்துணை	138
	சுட்டி	140

நுழைவாயில்

நம்முடைய வாழ்க்கைப் பயணத்தின் ஒவ்வொரு பருவத்திலும் நம்மைக் கவர்ந்தவர்கள் இருப்பார்கள். அரசியலில் ஆர்வம் காட்டும்போது அரசியல் தலைவர்கள் நம்மைக் கவர்வார்கள். அங்கிருந்து அறிவுத் துறைகளுக்குள் பயணிக்கும்போது அந்தத் துறைகளில் சிறந்தவர்கள் நம்மைக் கவர்ந்திழுப்பதில் வியப்பு ஒன்றும் இல்லை. என்னுடைய பயணத்திலும் சில அரசியல் தலைவர்களிடம் மனதைப் பறிகொடுத்திருக்கிறேன். அதேபோல் சினிமாவிலும் சிலருடைய நடிப்பும் வசனங்களும் என் மனதில் இடம்பிடித்தன. அந்த ஈடுபாடு நிலையாகக் கால்கொள்ளவில்லை. அவை மாறிக்கொண்டே இருந்தன. அரசியலிலிருந்த ஈடுபாடு இலக்கியத்திற்கும் பின்னர் இலக்கியத்திலிருந்த ஈடுபாடு மொழியியலுக்கும் தாவியது. மொழியியலிலும் அமைப்பு மொழியியல் கோட்பாடு என்னுடைய இயல்புக்கும் ஆர்வத்திற்கும் நெருங்கி வரவில்லை. கனவு காண்கின்ற என்னுடைய இயல்புக்கும் மொழியைப் புறவய நிலையில் நின்று பார்க்கின்ற அமைப்பு மொழியியல் கோட்பாட்டிற்கும் ஏதோவொரு இடைவெளி இருப்பதுபோல் எனக்குத் தோன்றும். ஆனால், அதற்குள் ஊடுருவும் தத்துவத்தைப் புரிந்துகொள்ள வேண்டும் என்ற ஆர்வம் மட்டும் என்னைத் தூண்டிக்கொண்டே இருந்தது. தரவுகளைக் கொண்டு மொழியின் அமைப்பை விவரிப்பதைவிட அந்தக் கோட்பாட்டிற்குப் பின்புலத்தில் உள்ள தத்துவம்தான் என்னைக் கவர்ந்தது.

நான் அண்ணாமலைப் பல்கலைக்கழகத்தில் ஆய்வு மாணவனாகச் சேர்ந்தபோது பேரா. ச. அகத்தியலிங்கம் மொழியியல் உயராய்வு மையத்தில் இணைப் பேராசிரியராகச் சேர்ந்தார். அப்போது மொழியியல் உயராய்வு மையத்தின் இயக்குநராக இருந்த பேரா. தெ.பொ. மீனாட்சி சுந்தரம் என்னையும் என் வகுப்புத் தோழர் பொன். கோதண்ட ராமனையும் (பொற்கோ) பேரா. அகத்தியலிங்கத்தின் மேற்பார்வையில்

முனைவர்பட்ட ஆய்வை மேற்கொள்ளுமாறு கூறினார். பேரா. அகத்தியலிங்கம் அமெரிக்காவில் உள்ள இந்தியானாப் பல்கலைக் கழகத்தில் பேரா. ஹவுஸ்ஹோல்டரின் மேற்பார்வையில் தமிழ் ஆக்கமுறை இலக்கணம் என்ற தலைப்பில் தம்முடைய ஆய்வை மேற்கொண்டு முனைவர் பட்டம் பெற்றவர். ஆகையால், தமிழ்-மலையாள வேற்றுநிலை இலக்கணம் (A Contrastive Grammar of Tamil and Malayalam) என்ற தலைப்பில் நான் முனைவர் பட்டத் திற்காக என்னுடைய ஆய்வை மேற்கொண்டேன்.

தமிழ்-தெலுங்கு வேற்றுநிலை இலக்கணம் (A Contrastive Grammar of Tamil and Telugu) என்ற தலைப்பில் பொன். கோதண்டராமன் முனைவர்பட்ட ஆய்வை மேற்கொண்டார். அந்தச் சூழல்தான் நாங்கள் ஆக்கமுறை இலக்கணக் கோட்பாட்டைப் புரிந்துகொள்ள வேண்டும் என்ற ஆர்வத்தை ஏற்படுத்திய பின்னணி. இது முதல்கட்டம். அண்ணாமலைப் பல்கலைக்கழகத்திலிருந்து தில்லிப் பல்கலைக் கழகத்திற்குச் சென்றது ஆக்கமுறை இலக்கணத்தை நான் புரிந்துகொள்வதற்கு முயற்சி; இது இரண்டாவது கட்டம். பேரா. யமுனா கச்ரு போன்றவர்களின் அறிமுகமும் பின்னர் பேரா. ராபர்ட் லீஸின் அறிமுகமும் ஆக்கமுறை இலக்கணக் கோட்பாட்டின் மீதான காதலை ஆழமாக்கியது. பேரா. லீஸின் வகுப்புகளை நான் மெய்மறந்து கேட்டிருக்கிறேன். அவரோடு கொண்ட உரையாடல் என்னை ஆக்கமுறை இலக்கணக் கோட்பாட்டில் தீவிரவாதியாக ஆக்கியது. அந்த அற்புதமான ஆசிரியருக்கு நான் மாணவனாக நீண்ட காலம் இருக்கக்கூடிய வாய்ப்பு கிடைக்கவில்லையே என்று ஏங்கியது உண்டு. இலக்கிய வகுப்பைவிட நான் அவருடைய வகுப்பையும் உரையாடலையும் சுவைத்தேன்.

ஆக்கமுறை இலக்கணக் கோட்பாட்டின் என்னுடைய புரிதல் மிக மிக மேலோட்டமானது என்ற அச்சம் என் மனதில் குடிகொள்ள ஆரம்பித்தது. அந்தச் சமயம் தில்லி பொருளாதாரப் பள்ளியிலிருந்து (Delhi School of Economics) எனக்குச் சில நண்பர்கள் அறிமுகம் ஆனார்கள். மார்க்சியப் பின்னணியை உடையவர்கள் அவர்கள். ஆகையால், மார்க்சியம் பற்றிய மேலோட்டமான அறிமுகம் எனக்குக் கிடைத்தது. சோம்ஸ்கியின் மொழியியல் அவருடைய அரசியல் குறித்த—குறிப்பாக, மார்க்சியம் சார்ந்த—கண்ணோட்டத்திற்கு என்னை இழுத்துச் சென்றது. மார்க்சியம் படிக்கவேண்டும் என்ற ஆவலை அவருடைய நூல்கள் என்னைத் தூண்டின. அவருடைய

ஆக்கமுறை இலக்கணக் கோட்பாடும் அமெரிக்காவின் வியட்நாம் தலையீடு குறித்த அவருடைய வலுவான எதிர்ப்பும் அவர்மீது இனம்புரியாத ஒரு அன்பையும் மரியாதையையும் என்னுள் ஏற்படுத்தின. நியாயத்திற்காகப் போராடும் ஒரு போராளியாக அவர் என்னுள் உருவெடுத்தார். பொதுவாக, தனி மனித வழிபாடு எனக்குப் பிடிக்காத ஒன்றுதான். ஆக்கமுறை இலக்கணக் கோட்பாட்டின் மீது நான் கொண்ட ஆர்வத்தை மேலும் தூண்டிவிட்டவர் பேரா. பி.பி. பண்டித். அவர் ஒரு சிறந்த ஆசிரியர். சன்னமான குரலில் மிகத் தெளிவாகப் பாடங்களை நடத்தக்கூடியவர். அவர் என்னை ஒரு மாணவனாக நடத்தியமுறை நான் எப்படி மாணவர்களை நடத்த வேண்டும் என்பதற்கு முன்மாதிரியாக என் வாழ்க்கையில் அமைந்தது.

தில்லியிலிருந்து மைசூரில் உள்ள இந்திய மொழிகளின் நடுவண் நிறுவனத்திற்கு வந்துசேர்ந்தேன். அங்கு அண்ணாமலைப் பல்கலைக் கழக மொழியியல்துறை முன்னால் நண்பர்களோடும் புதிய மூத்த மொழியியல் அறிஞர்களோடும் பழகும் வாய்ப்பு எனக்குக் கிடைத்தது. புளூம்பீல்டு போன்றவர்களால் உருவாக்கப்பட்ட அமைப்பு மொழியியல் கோட்பாட்டில் ஆழமான நம்பிக்கையும் பிடிப்பும்கொண்டு அதேசமயம் சோம்ஸ்கியின் ஆக்கமுறை இலக்கணக் கோட்பாட்டை ஏற்றுக்கொள்ளாத பேரா. ஹெ.எஸ். பிலிகிரி இந்திய மொழிகளின் நடுவண் நிறுவனத்தில் என்னை மிகவும் கவர்ந்தவர்.

ஆனால், அவர் ஆக்கமுறை இலக்கணக் கோட்பாட்டைத் தெளிவாகப் புரிந்துவைத்திருந்தார். அவர் என்னை மேலும் மேலும் ஆக்கமுறை இலக்கணக் கோட்பாட்டைப் புரிந்துகொள்ள ஊக்கப் படுத்தினார். நான் எழுதிய கட்டுரைகளுக்கு அவர் தெளிவான விமர்சனங்களை முன்வைப்பார். கல்விசார்ந்த அந்தத் தொடர்பு அவர்மீது எனக்கு இனம்புரியாத ஒரு பாசத்தை உண்டாக்கியது. ஒருமுறை அவர் என்னிடம் கூறியது என் மனதைவிட்டு அகலாதது. 'நான் புளூம்பீல்டின் கொள்கைகளையும் கோட்பாட்டையும் நம்புகிறவன். ஆகையால், நான் சோம்ஸ்கியின் கோட்பாட்டைப் பற்றி எழுதமாட்டேன். நீ சோம்ஸ்கியின் கோட்பாட்டை நம்புகிறவன். எனவே, நீ சோம்ஸ்கியின் கோட்பாட்டைப்பற்றி எழுது' என்று என்னை ஊக்கப்படுத்தினார். இது பிற கோட்பாடுகளையும் கொள்கைகளையும் படிக்க வேண்டாம் என்று பொருள் அல்ல. ஒன்றைப் புரிந்துகொள்வது வேறு; அதனை நம்புவது வேறு. ஆய்வு, மனம்

ஈடுபடுகின்ற ஒன்றில் குவியவேண்டும் என்பதுதான் அவருடைய அறிவுரையின் உள்ளார்ந்த அர்த்தம். அந்த மாமனிதரின் அறிமுகத்தையும் தொடர்பையும் என் வாழ்நாளில் பெரும்பேறாகக் கருதுகிறேன். அவரைத் தொடர்ந்து ஆக்கமுறை இலக்கணக் கோட்பாட்டின் மீதான என்னுடைய புரிதலை விசாலப்படுத்தியவர் என்னுடைய ஆசிரியர் பேரா. இ. அண்ணாமலை. சிக்காகோ பல்கலைக்கழகத்தில் பணியாற்றிய பேரா. ஜேம்ஸ் மெக்காலெயின் மேற்பார்வையில் தம்முடைய முனைவர்பட்ட ஆய்வை மேற்கொண்டவர். ஆழமாகவும் தெளிவாகவும் ஆக்கமுறை இலக்கணக் கோட்பாட்டைக் கூறக்கூடியவர். மாற்றார் கருத்தைப் பொறுமையாகக் கேட்கக்கூடியவர். நான் அவரோடு மேற்கொண்ட உரையாடல்கள் கோட்பாட்டுச் சிக்கல்களைப் புரிந்துகொள்ளவும் தெளிவுபடுத்திக் கொள்ளவும் மிகவும் உதவின.

என்னுடைய நண்பர்களில் சிலரை நான் குறிப்பிட வேண்டும். பேரா. எம்.எஸ். திருமலைக்கும் பேரா. பி. இராமகிருஷ்ண ரெட்டிக்கும் பேரா. சு. இராசாராமுக்கும் ஆக்கமுறை இலக்கணக் கோட்பாட்டில் ஈடுபாடு உண்டு. ஆகையால், நான் அடிக்கடி அவர்களுடன் உரையாடியதால், என்னுடைய ஆர்வத்தை நான் தக்கவைத்துக்கொள்ளவும் வளர்த்துக் கொள்ளவும் முடிந்தது. பேரா. திருமலையின் நட்பு என்னை உளமொழியியலில் ஆர்வம் கொள்ளவைத்தது. அவர் நண்பராக மட்டும் இன்றி என்னுடைய மூத்த சகோதரர் போலவே எனக்கு உதவினார். ஒவ்வொரு கல்வியாளனுடைய ஆர்வத்திற்கும் ஊக்கம் கொடுக்கின்ற முறையில் இந்திய மொழிகளின் நடுவண் நிறுவனத்தின் சூழலை ஆரோக்கியமாக வளர்த்த பெருமை பேரா. டி. பி. பட்டநாயக்கைத்தான் சாரும். அவர் நிறுவனத்தில் ஒருவித ஜனநாயகக் கல்விச்சூழலை உருவாக்கினார். அந்தச் சூழல் ஆக்கமுறை இலக்கணத்தின் மீதான என்னுடைய ஈடுபாட்டை அணையாமல் காத்தது. அந்த நிறுவனத்தில் பணிபுரியும் போதுதான் எனக்கு எம்ஐடிக்குப் போகும் வாய்ப்பு கிடைத்தது. அங்குப் பெரும் பேராசிரியர்கள் நோம் சோம்ஸ்கி, மோரிஸ் ஹாலே, பால் கிப்பார்ஸ்கி, ஜான் ராபர்ட் ராஸ், பேர்ல் மட்டர் போன்றோர்களின் வகுப்புகளுக்குப் போகும் வாய்ப்பு கிடைத்தது. அது ஒரு கனவு போல் அமைந்தது.

மேலும் மைசூரில் மார்க்சிய கொள்கையில் ஈடுபாடுகொண்ட நண்பர்களோடு பழகும் வாய்ப்பும் எனக்குக் கிட்டியது. அது மார்க்சியம் பற்றிய புரிதல் குறித்த என்னுடைய ஆவலைத் தூண்டியது.

சினிமா, நாடகம், இலக்கியம் போன்ற துறைகளில் புதிய புதிய படைப்பாளிகள் கன்னட மொழியில் பரிசோதனைகளை நிகழ்த்திக் கொண்டிருந்த காலம் அது. என்னுடைய நண்பர்களில் சிலர் கன்னட நாடகங்களிலும் இலக்கியப் படைப்புகளிலும் ஈடுபாடு கொண்டவர்களாக இருந்தார்கள். புதுமையாக எதையாவது செய்ய வேண்டும் என்ற உந்துதல் எனக்கு அங்குக் கிடைத்தது. இங்குக் கூறப்பட்ட அனைத்தும் மொழியியல் மீதும் அரசியல் மீதும் கோட்பாட்டு அளவிலான ஒருவித ஆர்வத்தைத் தக்கவைத்துக் கொண்டிருந்தது. நேரடியான அரசியல் நடவடிக்கைகளிலோ இயக்கம் சார்ந்த நடவடிக்கைகளிலோ நான் ஈடுபாடு காட்டியதில்லை. இருப்பினும் அவற்றின் மீதான ஆர்வம் குறைந்தது இல்லை.

பின்னர் தஞ்சையில் தொடங்கப்பட்ட தமிழ்ப் பல்கலைக்கழகத்தில் மொழியியல் துறையில் பேராசிரியராகப் பணியில் சேர்ந்தேன். அப்போது பேரா.வ. அய். சுப்பிரமணியம் பல்கலைக்கழகத்தின் முதல் துணைவேந்தராகப் பொறுப்பேற்றிருந்தார்; மொழியியல் கோட்பாடு களில் மிகவும் ஆர்வம்கொண்டு பல பரிசோதனை முயற்சிகளை மேற்கொண்டவர். மொழியியலில் மூத்தப் பேராசிரியராகவும் சிறந்த மாணவர்களை உருவாக்கியவருமான அவரிடம் பணிபுரிய வேண்டும் என்ற ஆவலால் நான் இந்தப் பல்கலைக்கழகத்திற்கு வந்துசேர்ந்தேன். ஆகையால், ஆக்க முறை இலக்கணக் கோட்பாட்டில் இருந்த என்னுடைய ஈடுபாட்டை நான் மேலும் தொடர முடிந்தது. அதன் விளைவாகத்தான் *தொடரியல்: மாற்றிலக்கண அணுகுமுறை* என்னும் நான் எழுதிய நூலைத் தமிழ்ப் பல்கலைக்கழகம் வெளியிட்டது.

அதேபோல், தஞ்சையில் மார்க்சியக் கோட்பாட்டில் ஆர்வமும் அந்தக் கொள்கையின் அடிப்படையில் இயக்கங்களை நடத்தியவர் களும் எனக்கு நண்பர்கள் ஆனார்கள். அனுபவ ரீதியிலான நடவடிக்கைகள் இல்லாவிட்டாலும் கோட்பாட்டு ரீதியிலான ஈடுபாடு குறையாமல் இருந்தது. இவைதான் இந்த நூலை நான் எழுதியதற்கான பின்னணி.

கடந்த ஐம்பது ஆண்டுகளாகச் சோம்ஸ்கி அவர்கள் மீது கொண்ட காதல் குறைந்தது இல்லை. அவர்மீது இனம்புரியாத ஒரு மரியாதை என் மனதில் குடிகொண்டிருக்கிறது. மனிதநேயத்தோடு அவர் உலக அரசியல் பிரச்சினைகளை அணுகுகிறார். அங்குத் தம் நாடான அமெரிக்கா தவறுகள் புரிவதை எவ்விதத் தயக்கமும் இன்றி

விமர்சனங்களைப் புரிகிறார். இவ்வணுகுமுறைக்குப் பின்புலமாக மனித இயல்பு படைப்பாற்றல் மிக்கது என்றும் நம்முடைய அணுகுமுறைகளுக்குப் பின்னால் நேர்மை என்பது அடிப்படைப் பண்பாக அமைய வேண்டும் என்றும் வாதங்கள் நியாயத்தைத் தேடுவதாக இருக்க வேண்டும் என்றும் அவர் நம்புகிறார். இவைதான் சோம்ஸ்கியிடம் நான் கொண்ட மரியாதைக்கும் ஈடுபாட்டிற்கும் காரணங்கள். இந்தப் பின்னணிதான் அவரை மையமாகக் கொண்டு நூல் ஒன்றை எழுத வேண்டும் என்ற என் ஆவலுக்குக் காரணம். இதில் எந்தவித மிகைப்பாடும் இல்லை. அவருடைய மொழியியல் கோட்பாட்டையும் அரசியல் பின்னணியையும் புரிந்துகொள்ள மேற்கொண்ட முயற்சி இது. அவரை விமர்சனப் பின்னணியில் பார்க்கிற முயற்சி அல்ல இது. விமர்சனம் புரிதலின் பின்விளைவு. அவரைக் குறைபாடுகள் கடந்தவராகச் சித்தரிக்கும் முயற்சியும் அல்ல இது. நம்முடைய காலத்தில் வாழ்ந்துகொண்டிருக்கிற முக்கியமான சிந்தனையாளர்களுள் ஒருவர் அவர். மொழியியலில் ஒரு புரட்சி கரமான சிந்தனையை முன்வைத்தவர். அவரைப் புரிந்துகொள்ள உதவும் நோக்கத்தோடு எழுதப்பட்டது இந்த நூல்.

இந்த நூல் உருவாகும்போது நண்பர்கள் பலர் எனக்குப் பல்வேறு நிலைகளில் ஊக்கப்படுத்தியும் உதவியும் இருக்கிறார்கள். அவர்களை எல்லாம் நினைவுகூருவது ஒரு இனிமையான அனுபவம். இத்தகைய ஒரு நூலை எழுதவேண்டும் என்ற எண்ணத்தை எனக்குள் விதைத்தவர் பேரா. இராம. சுந்தரம். அவருடைய சிந்தனையும் செயல்பாடுகளும் என்னை வெகுவாகப் பாதித்துள்ளன. இந்த நூலைக் கையெழுத்துப் படிநிலையில் கவனமாகப் படித்துப் பிழைகளையும் நடையில் மாற்றங்களையும் ஏற்படுத்தியவர் பேரா. வ. ஞானசுந்தரம்; பேரா. பொன். கோதண்டராமன் (பொற்கோ) புலமை, தமிழியல் ஆராய்ச்சி ஆகிய இதழ்களில் என்னுடைய ஆக்கமுறை இலக்கணக் கோட்பாடு குறித்த கட்டுரைகளைத் தொடர்ந்து வெளியிட்டு எனக்குள் உள்ள ஆர்வத்தையும் ஈடுபாட்டையும் வளர்த்துவருகிறார். பேரா. கமலேஸ்வரன், பேரா. பெரியாழ்வார் ஆகியோர் என்னை இந்தத் துறையில் தொடர்ந்து எழுதுமாறு ஊக்கப்படுத்தி வருகிறார்கள்.

இறுதியாக, பாரதியார் பல்கலைக்கழக மொழியியல்துறையின் தலைவர் பேரா. சிவ சண்முகம் 2013ஆம் ஆண்டு பல்கலைக்கழக மானியக் குழுவின் வருகைதரு ஆய்வாளராக (UGC Visiting Fellow) என்னை அழைத்தது இந்த நூலை நிறைவு செய்வதற்கான

நல்வாய்ப்பாக அமைந்தது. பாரதியார் பல்கலைக்கழகத்திற்கும் நான் மேலே குறிப்பிட்ட நண்பர்கள் அனைவருக்கும் என்னுடைய நெஞ்சார்ந்த நன்றியைத் தெரிவித்துக்கொள்கிறேன். ஒரு குடும்ப விழாவில் அனைவரும் கலந்துகொண்டு சென்ற பிறகு அந்த இனிய நிகழ்வுகளை அசை போடுவதில் உள்ள நிறைவும் மகிழ்ச்சி பொங்கும் உணர்வும் ஏற்படுத்துகின்ற அனுபவத்தைப் போன்றது இது. இந்த மகிழ்ச்சி நிலைகொண்டு மேலும் மேலும் எழுத வேண்டும் என்ற உணர்வு அணையாமல் கொழுந்துவிட வேண்டும் என்பதுதான் என்னுடைய விருப்பம்.

ஆய்வாளர் ஓர் ஆய்வேட்டை எழுதுவது வேறு; அந்த ஆய்வேடு நூலாக உருப்பெறுவது வேறு. இரண்டுக்கும் இடையே பெரிய இடைவெளி இருக்கிறது. இந்த இடைவெளியை நிரப்புவது ஒரு கலை; அதைத் திறம்பட அடையாளம் பதிப்புக் குழு இந்த நூலாக்கத்தில் நிறைவேற்றி இருக்கிறது. இந்த நூலை முழுக் கவனத்துடன் செப்பமாகவும் அழகாகவும் வெளியிட்ட அடையாளப் பதிப்புக் குழுவுக்கும் பதிப்பகதாருக்கும் என்னுடைய பாராட்டுதலையும் நன்றியையும் தெரிவித்துக் கொள்கிறேன்.

கி. அரங்கன்

சுருக்கக் குறியீடுகள்

Adj	Adjective
CP	Case Phrase
Cm	Case marker
Det	Determiner
NP	Noun Phrase
N	Noun
Neg	Negation
O	Object
PP	Prepositional / Postpositional Phrase
P	Preposition / Postposition
Q	Question
R2P	Responsibility to Protect
S	Sentence/Subject
VP	Verb Phrase
V	Verb
Ø	Zero

நோம் சோம்ஸ்கி
நவீன மொழியியலுக்கு ஓர் அறிமுகம்

1
சோம்ஸ்கிக்கு முன் மொழியியல்

நாம் மொழி ஆய்வை முதலில் வரலாற்று அடிப்படையில் அணுகுவோம். இந்தியாவில் நடைபெற்ற மொழி ஆய்வுக்கும் மேலைநாடுகளில் நடைபெற்ற மொழி ஆய்வுக்கும் சில வேறுபாடுகள் உள்ளன.

கிரேக்க மற்றும் இலத்தீன் போன்ற செம்மொழிகளின் இலக்கண ஆய்வுகளைத் தாண்டி வந்தால், மொழி ஆய்வில் வரலாற்றுமுறை (historical method) ஆய்வு முக்கியத்துவம் பெறுவதை நாம் காணலாம். மொழி காலந்தோறும் மாறிக்கொண்டு செல்கின்ற ஒன்று. ஒரு சமூகத்தில் ஏற்படுகிற மாற்றங்களாலும் அந்தச் சமூகம் பிற சமூகங்களோடு ஏற்படுத்திக்கொள்கின்ற தொடர்புகளாலும் அந்தச் சமூகத்தின் மொழி மாற்றங்களுக்கு உள்ளாகிறது. மாற்றங்களுக்கு ஈடுகொடுக்கின்ற மொழி வாழும்; அவ்வாறு வளைந்துகொடுக்காத மொழி மறைந்துவிடும். ஒரு மொழி அந்தச் சமூகத்தின் எல்லாத் தேவைகளுக்கும் ஈடுகொடுக்க வேண்டும். சமூகத் தேவைகளுக்கு ஈடுகொடுக்கும் அதே சமயத்தில் அம்மொழி அந்தச் சமூகத்தின் முதுகெலும்பாகவும் செயலாற்றுகிறது. பொதுவாக, மொழியின் தன்மை மாறுவது. மாற்றம் பெற்று காலவோட்டத்திற்கு ஏற்ப அது தன்னைத் தக்கவைத்துக்கொள்கிறது. உலகிலுள்ள அனைத்துப் பொருள்களும் உயிரினங்களும் மாற்றத்தின் மூலம் தங்கள் இருப்பை உணர்த்திக்கொண்டிருக்கின்றன. மாற்றங்களை எதிர்கொள்ள இயலாதவை அழிந்துவிடுகின்றன. ஆகையால், காலவோட்டத்தில் மொழியில் ஏற்பட்டுள்ள மாற்றங்களை ஆராய்வதுதான் மொழி ஆய்வு என்று கருதப்பட்டது.

ஒரு மொழியின் வரலாற்றில் ஒலி நிலையில், சொல் நிலையில், வாக்கிய நிலையில் ஏற்பட்டுள்ள மாற்றங்களை விவரிப்பதுதான் மொழியியல் என்று கருதப்பட்டது. ஆகையால், மொழி ஆய்வின்

மையம் மொழியில் ஏற்பட்டுள்ள மாற்றங்களை விவரிப்பதுதான். அடுத்த முக்கிய மையம் மொழிகளுக்கு இடையிலான உறவை விவரிப்பது. தங்கள் மொழியோடு மற்றைய மொழிகளை ஒப்பிடும் போது சில ஒற்றுமைகளை எல்லா நிலைகளிலும் காண முடிந்தது. உலகில் உள்ள மொழிகளை அவைகளுக்கிடையிலான ஒற்றுமைக் கூறுகளின் அடிப்படையில் வகைப்படுத்தலாம் என்ற எண்ணம் உதித்தது. அவ்வாறு ஒற்றுமைக் கூறுகளின் அடிப்படையில் வகைப்படுத்தப்படும் மொழிகளை ஒரு குடும்ப மொழிகள் (family of languages) என்று குறிப்பிட ஆரம்பித்தார்கள்.

மொழிகளை வகைப்படுத்துதல் (classification of languages) ஒரு முக்கிய ஆய்வுப் பணியாக அக்கால கட்டத்தில் அமைந்தது. ஒரு துறை அறிவியல் துறையாக உருவாகும் கால கட்டத்தில் வகைப்படுத்துதல் தொடக்கப் பணி. மொழிகளுக்கு இடையிலான ஒற்றுமைக் கூறுகளைக் கொண்டு அவற்றை வகைப்படுத்துதல் ஒரு முக்கிய வகைப்பாடு. மொழிகளை ஒப்பிட்டு அவை எவ்வாறு காலவெள்ளத்தில் மாறி வந்துள்ளன என்பதை அறிந்துகொள்வதும் முக்கியமான ஒரு செயல். இன்றைய மொழியியல் கூற்றில் கூறுவதானால் வரலாற்று மொழியியலும் (historical linguistics) ஒப்பீட்டு மொழியியலும் (comparative linguistics) மொழி ஆய்வாகக் கருதப்பட்டன. மொழி ஆய்வு என்பதன் மையம் வரலாற்று மொழியியலும் ஒப்பீட்டு மொழியியலும்தான். அத்தகைய ஆய்விற்கு எழுத்துவழிச் சான்றுகள் அடிப்படை. ஆகையால் எழுத்துருக் கொண்ட மொழிகள்தான் ஆய்விற்கு முதலில் எடுத்துக் கொள்ளப்பட்டன.

குடும்ப மொழிகளாக மொழிகளை வகைப்படுத்துதல் ஒரு வகை. உலகில் உள்ள மொழிகளை அவற்றின் அமைப்புமுறைகளை அடிப்படையாகக் கொண்டு வகைப்படுத்துதல் (typological classification) இன்னொரு முறை. அதுவும் முக்கியமான ஆய்வாக அக்கால கட்டத்தில் கருதப்பட்டது.

அ. மொழியில் ஏற்பட்ட மாற்றங்களை விவரிப்பது;

ஆ. மொழிகளுக்கு இடையிலான உறவை விவரிப்பது;

இ. மொழிகளை அவற்றின் அமைப்புமுறைகளை அடிப்படை யாகக் கொண்டு வகைப்படுத்துவது

ஆகிய இந்த மூவகை ஆய்வுகளும் அந்தக் காலகட்டத்தில் மொழி

ஆய்வாகக் கருதப்பட்டன. முதலில் நாம் தமிழையும் ஆங்கிலத்தையும் ஒப்பிடுவோம். எதிர்காலம் என்பது தமிழில் காலம் காட்டும் இடைநிலையால் உணர்த்தப்படுகிறது.

1. *அவன் நாளை இராமனைப் பார்-ப்ப்-ஆன்*

2. *அமைச்சர் நாளை இராமனைப் பார்-ப்ப்-ஆர்*

3. *மாதவி நாளை இராமனைப் பார்-ப்ப்-ஆள்*

இந்த வாக்கியங்களை நாம் ஆங்கிலத்தில் பின்வருமாறு மொழி பெயர்க்கிறோம்.

4. *He will see Raman tomorrow*
5. *The minister will see Raman tomorrow*
6. *Madhavi will see Raman tomorrow*

இவ்விரு மொழிகளிலும் உள்ள வாக்கியங்களை ஒப்பிட்டுப்பார்க்கும் போது, இவ்விரு மொழிகளுக்கும் இடையிலான வேறுபாடுகளை நாம் உணரலாம். தமிழில் -ப்ப்- எதிர்காலத்தை உணர்த்தப் பயன்படுத்த, ஆங்கிலத்தில் will என்ற சொல் எதிர்காலத்தை உணர்த்தப் பயன்படுத்தப்படுகிறது. தமிழில் இடைநிலையாகிய ஒரு ஒட்டை (affix) நாம் பயன்படுத்துகிறோம். ஆனால், ஆங்கிலத்தில் ஒட்டுக்குப் பதிலாக ஒரு சொல் பயன்படுத்தப்படுகிறது. ஒரு மொழி ஒட்டைப் பயன்படுத்த இன்னொரு மொழி சொல்லைப் பயன்படுத்துவதை நாம் பார்க்கிறோம். ஆங்கிலத்தில் வினையில் எவ்வித மாற்றத்தையும் நாம் பார்க்கவில்லை. தமிழில் அவன் என்ற சொல் எழுவாயாக வாக்கியம் *(1)*இல் வரும்போது -ஆன் என்ற விகுதியும் அமைச்சர் என்ற சொல் வாக்கியம் *(2)*இல் எழுவாயாக வரும்போது -ஆர் என்ற விகுதியும் மாதவி என்ற சொல் வாக்கியம் *(3)*இல் எழுவாயாக வரும்போது -ஆள் என்ற விகுதியும் வினையோடு வருகின்றன. தமிழில் வினையில் காணப்படுகின்ற மாற்றங்களை நாம் ஆங்கிலத்தில் வரும் வினையில் காண முடியவில்லை. இவ்விரு மொழிகளும் உணர்த்துகின்ற பொருள் ஒன்றானாலும் அதை உணர்த்த எழுந்த வாக்கிய வடிவங்கள் வெவ்வேறாக அமைந்துவிட்டன.

இவ்வாக்கியங்களின் தொடரமைப்பைப் பார்த்தால், இவ்விரு மொழிகளுக்கு இடையிலான சில வேறுபாடுகள் நமக்கு மேலும் புலப்படும். தமிழைப் பொறுத்தவரை, வாக்கியத்தின் முதலில் உள்ள எழுவாயையும் (subject) செயப்படுபொருளையும் (object) இட மாற்றம் செய்யலாம்.

1a. இராமனை அவன் நாளை பார்ப்பான்
2a. இராமனை அமைச்சர் நாளை பார்ப்பார்
3a. இராமனை மாதவி நாளை பார்ப்பாள்

இவ்வாக்கியங்களில் செயப்படுபொருள் வாக்கியத்தின் முதலிலும் எழுவாய் அதன் பின்பும் வருகின்றன. இத்தகைய மாற்றங்களை ஆங்கிலம் அனுமதிப்பதில்லை. ஆங்கிலத்தில் இவ்வகை வாக்கியங்களை உருவாக்கினால் அவை வழுவானவையாகக் கருதப்படும்.

4a. *Raman he will see tomorrow
4a. *Raman the minister will see tomorrow
4a. *Raman Madhavi will see tomorrow

ஒரு வாக்கியத்தில் உள்ள பெயர்த்தொடர்களில் எது எழுவாய் என்பதும் எது செயப்படுபொருள் என்பதும் ஆங்கிலத்தில் அவை வரும் இடங்களை வைத்துத் தீர்மானிக்கப்படுகின்றன. வினைக்கு முன் எழுவாயும் வினைக்குப் பின் செயப்படுபொருளும் வருகின்றன. ஆனால், தமிழில் செயப்படுபொருள் ஐ என்ற உருபால் உணர்த்தப்படுவதால் இந்த உருபு எந்தப் பெயர்த்தொடருடன் வருகிறதோ அந்தப் பெயர்த்தொடர் வாக்கியத்தின் செயப்படுபொருளாகச் செயல்படுகிறது. தமிழில் பெயர்த்தொடர்கள் எங்கு வருகின்றன என்பது முக்கியமானது அல்ல. அவை எந்த உருபுகளுடன் வருகின்றன என்பதுதான் முக்கியமானது. எழுவாய், செயப்படு பொருள் போன்ற இலக்கண உறவுகள் (grammatical relations) தமிழில் வேற்றுமை உருபுகளால் உணர்த்தப்பட அவை ஆங்கிலத்தில் வாக்கியத்தில் வரும் இடங்களால் தீர்மானிக்கப்படுகின்றன. அவ்விரு மொழிகளுக்கு இடையிலேயே இத்தகைய வேறுபாடுகளைப் பார்க்கிறோம். ஆழமான ஆய்வு தமிழுக்கும் ஆங்கிலத்திற்கும் இடையே உள்ள பல அமைப்பு வேறுபாடுகளைத் தெளிவாக்கும் (Rangan: 1972). இங்கு முக்கியமாகக் குறிப்பிட வந்தது தமிழையும் ஆங்கிலத்தையும் வகைப்பாட்டியல் (typology) பின்புலத்தில் பார்க்கும்போது, அவை இரு வகையான மொழிவகைகளைச் சார்ந்தவை என்பது தெளிவாகும்.

உலகிலுள்ள பல்வேறு மொழிகளை ஆராய்ந்த மொழி வல்லுநர்கள் மொழிகளை அவற்றின் அமைப்பு அடிப்படையில் வகைப்படுத்தினார்கள். எல்லா மொழிகளையும் மூன்று வகைகளுக்குள் அடக்கினார்கள். முதலாவது மொழிவகையை ஒட்டுநிலை (agglutinative) என்று பிரித்தார்கள். அவ்வகை மொழிகளின் சொற்கள் அமைப்பு சிக்கலானதாக இருக்கும். சொற்களுக்குள் ஒட்டுகள்

மிகுந்து காணப்படும். காலம், பால், எண், வேற்றுமை, வினைப்பாடு (voice), ஆக்கம் (derivation) போன்றவை ஒட்டுகளால் வெளிப்படுத்தப்படும். பெயர்ச்சொற்களின் அமைப்பும் வினைச்சொற்களின் அமைப்பும் பிற இலக்கண வகைச் சொற்களின் அமைப்பும் சிக்கலாக அமைந்திருப்பதால் சொற்கள் நீண்டிருக்கும். ஒரு சொல்லுக்குள் பல ஒட்டுகள் இருக்க வாய்ப்புண்டு. தமிழில்,

   7. பையன்-கள்-ஐ-உம்-தான்-ஆ > பையன்களையும்தானா?
          1   2   3   4   5   6

இந்த சொல்லில் பையன் என்ற தனிச்சொல்லும் -கள், -ஐ, -உம், -தான், -ஆ ஆகிய 5 ஒட்டுகளும் வந்துள்ளன. அதேபோல், வினையமைப்பும் சிக்கல் நிறைந்தது.

   8. வ-ந்த்-ஆன் > வந்தான்
   9. தூங்கு-இன்-ஆன் > தூங்கினான்

இத்தரவுகளில் செயலை உணர்த்தும் வினையடியையும் இறந்த காலத்தைச் சுட்டுகின்ற ஒட்டையும் படர்க்கையையும் ஆண்பாலையும் ஒருமையையும் சுட்டுகின்ற ஒட்டையும் நாம் காண்கிறோம். வினையாற்றுவகையை (aspect) உணர்த்துபவையும் சொல்லின் உள்ளமைப்பாக அமைந்திருப்பதை நாம் பார்க்கிறோம்.

   10. வ-ந்த்-உ-இரு-ந்த்-ஆன் > வந்திருந்தான்
   11. தூங்கு-இ-கொண்டிரு-ந்த்-ஆன் > தூங்கிக்கொண்டிருந்தான்
   12. அடி-த்த்-உ-கொள்-கிற்-ஆர்கள் > அடித்துக்கொள்கிறார்கள்

எதிர்மறையும் வினாவும் ஒட்டுகளின் மூலம் உணர்த்தப்படுகின்றன.

   13. வ-ந்த்-உ-இருக்க்-ஆ-து-ஆ > வந்திருக்காதா?
   14. அடி-த்த்-உ-கொண்டிருக்க்-ஆ-து-ஆ > அடித்துக்கொண்டிருக்காதா?

இங்குக் கொடுக்கப்பட்டுள்ள சான்றுகள் தமிழில் எவ்வாறு சொற்கள் சிக்கலான அமைப்பைக் கொண்டுள்ளன என்பதைத் தெளிவுபடுத்தும். இங்குப் பெரும்பாலும் இலக்கணப் பொருள் (grammatical meaning) ஒட்டுகளால் வெளிப்படுத்தப்படுகின்றன. இத்தகைய அமைப்பைக் கொண்டுள்ள மொழிகளை ஒட்டுநிலை மொழிகள் என்று மொழியியலார் வகைப்படுத்துகிறார்கள். ஆங்கிலத்தை ஒப்பிடும் போது இலக்கணப் பொருள்கள் தனிச் சொற்களால் உணர்த்தப் படுவதை நாம் காணலாம்.

   15. (He) had come

16. *(He) was sleeping*

17. *(They) beat themselves*

15-17ஆக ஆங்கிலத்தில் கொடுக்கப்பட்டவை 10-12ஆகத் தமிழில் கொடுக்கப்பட்டுள்ள வினைகளின் மொழிபெயர்ப்பு. இந்த இரண்டு வகைத் தரவுகளையும் ஒப்பிடும்போது, இவ்விரு மொழிகளுக்கும் இடையிலான வேறுபாடுகளை நாம் அறிய முடிகிறது.

மொழிகள் எவ்வாறு வேறுபடுகின்றன என்பதை நாம் வரையறுத்துக் கூறமுடியாது. ஒரு மொழி இன்னொரு மொழியிடமிருந்து எண்ணிறந்த வகைகளில் மாறுபடலாம். மொழிகள் இவ்வாறுதான் வேறுபடும் என்று வரையறுத்துக் கூறுகின்ற கோட்பாடுகளை மொழியியல் தெளிவாக முன்வைக்கவில்லை.[1] இருப்பினும் மொழிகளை வகைப்படுத்த வேண்டியது மொழியியலின் முக்கிய பணி.

வகைப்படுத்துதல் என்ற நடவடிக்கை சில அடிப்படைக் கூறுகளை அதனுடைய பொருள்களுக்கு இடையே தேடுதலை ஊக்குவிக்கும். மொழிகளை வகைப்படுத்துதல் என்பது மொழியமைப்பைக் கண்டுபிடிக்கின்ற பணிக்கும் அவ்வமைப்பினுடைய கூறுகளின் அடிப்படையில் மொழிகளை வகைப்படுத்துகின்ற பணிக்கும் நம்மை இட்டுச் செல்லும். மொழிகளின் வகைப்பாடு இரண்டாகப் பிரிகிறது: முதலாவது மொழிகளுக்கு இடையே காணப்படும் பொதுவான சில மொழியியல் கூறுகளின் அடிப்படையில் மொழிகளை வகைப்படுத்துவது; இரண்டாவது ஒலியனியல் அடிப்டையில் சில கூறுகளைப் பொதுமையாகக் கொண்டு வகைப் படுத்துவது. சில மொழிகளில் மூன்று உயிரொலியன்கள் காணப் படுவதுண்டு. இவற்றை ஒருவகையாகக் கொள்வது ஒன்று; சில மொழிகளில் ஐந்து உயிரொலியன்கள் காணப்படும். அவற்றை இன்னொரு வகையாக வேறுபடுத்துவது மற்றொரு வகை. இவ்வாறு மொழிகளில் காணப்படும் உயிரொலியன்களை அடிப்படையாக வைத்து வகைப்படுத்துவது ஒருமுறை.

ஆனால், இவ்வகைப்பாடுகளில் ஓர் ஒழுங்கமைவை (system) நாம் பார்க்க முடிகிறது. மூன்று உயிரொலியன்களைக் கொண்ட முக்கோண ஒழுங்குமுறையைச் சில மொழிகள் (triangular system of vowels) கொண்டிருக்கும். அரபு மொழியின் சில கிளை மொழிகளில் இத்தகைய ஒழுங்கமைவை நாம் பார்க்கலாம்.

	முன்		பின்
மேல்	இ		உ
கீழ்		அ	

இவ்வொலியன்கள் மேல்/கீழ் (high/low) என்ற அடிப்படையில் இம்மொழிகளில் வேறுபடுத்தப்படுகின்றன. இலத்தீன் செம்மொழி யில் ஐந்து-உயிரொலியன்கள் ஒழுங்கமைவை நாம் காண்கிறோம்.

	முன்		பின்
மேல்	இ		உ
நடு	எ		ஒ
கீழ்		அ	

தற்கால இத்தாலிய மொழியில் ஏழு உயிரொலியன்கள் ஒழுங்கமைவை நாம் பார்க்க முடிகிறது.

	முன்			பின்
மேல்	i *(இ)*			u *(உ)*
மேல்-நடு	e *(எ)*		o *(ஒ)*	
கீழ்-நடு		ɛ	ɔ	
கீழ்		a *(அ)*		

எட்டு உயிரொலியன்கள் கொண்ட ஒழுங்கமைவைத் துருக்கிய மொழியில் நாம் காண்கிறோம்.

i	ü	ɨ	u
e	ö	a	o

சில ஆங்கிலக் கிளைமொழிகளில ஒன்பது உயிரொலியன்கள் கொண்ட ஒழுங்கமைவை நாம் காணலாம்.

முன்	நடு	பின்
i	ɨ	u
e	ə	o
æ	a	

மொழிகளில் காணப்படுகின்ற உயிரொலியன்களின் ஒழுங்கமைவைக் கொண்டு மொழிகளைப் பாகுபாடுசெய்த முயற்சிகளை இவை காட்டுகின்றன. இவ்வாறே மெய்யொலியன்களின் ஒழுங்கமைவைக்

கொண்டு மொழிகளை வகைப்படுத்திய முயற்சிகளையும் நாம் பார்க்கிறோம். இவைமட்டும் மொழிகளை வகைப்படுத்துவதில் பயன்படுத்தப்படவில்லை; இலக்கணக் கூறுகளையும் (உருபனியல் கூறுகளையும் தொடரியல் கூறுகளையும்) மொழிகளை வகைப்படுத்து வதற்குப் பயன்படுத்தினார்கள்.

சொற்களை ஒன்றன்பின் ஒன்றாக அடுக்கிப் பொருளை வெளிப்படுத்துகின்ற மொழிகள் ஒருவகை. சான்றாக, மொழியியலார் சீன மொழியை இத்தகைய வகைப்பாட்டிற்கு எடுத்துக்காட்டாகக் கூறுவார்கள். சிக்கலான சொல்லமைப்பை உருபன்களால் உண்டாக்காமல் எளிய சொற்களை ஒன்றன்பின் ஒன்றாக அடுக்கி வாக்கியங்களை இம்மொழியில் சீனர்கள் உருவாக்குகிறார்கள். இந்த மொழிகளில் உருபனியல் (morphology) எளிமையானதாக அமைய வாய்ப்புண்டு. ஆனால், தொடரியல் (syntax) என்ற நிலை முக்கிய பங்காற்றும்.

தாய்லாந்தில் உள்ள ஒரு மொழியில் காணப்படுகின்ற மொழிக் கூறுகளைக்கொண்டு நாம் இதனை விளக்க முற்படுவோம். தென் தாய்லாந்தில் வட அஸ்லியன் மொழியின் (Northern Aslian language) கென்ஸிவ் சகை (Kensiw Sakai) என்ற கிளைமொழியிலிருந்து இங்குச் சான்றுகள் கொடுக்கப்படுகின்றன. இந்தச் சான்றுகள் முனைவர் பட்டத்திற்காக ருஜிரா ஸெங்னெட் (Rujira Sengnet: 2009), டெக்கான் கல்லூரியின் மொழியியல் துறைக்கு அளித்த ஆய்வேட்டி லிருந்து கொடுக்கப்படுகின்றன.

18. *jɛ? hanna? duwɛt*
   'நான்' 'பணம்' 'தேவை'
   'எனக்குப் பணம் தேவை'

19. *mujam jwp pe? kadah*
   'நாங்கள்' 'போ' 'கு' 'மலேசியா'
   'நாங்கள் மலேசியாவுக்குப் போகிறோம்'

20. *?III? kɛta jɛ?*
   'இந்த' ''கார்' 'நான்'
   'இந்தக் கார் என்னுடையது'

21. *gin pak kadəhgin*
   'அவன்' 'அடி' 'அவனை-அவன்'
   'அவன் தன்னையே அடித்துக்கொண்டான்'

22. *ləwɛ?* *jch* *bc?*
‘என்ன’ ‘பெயர்’ ‘நீ’
‘உன் பெயர் என்ன?’

‘எனக்குப் பணம் தேவை’ என்ற பொருளை இம்மொழியில் உணர்த்த மூன்று சொற்கள் ஒன்றன்பின் ஒன்றாக வருகின்றன. ஆங்கிலத்தைப் போன்று இந்த மொழியிலும் சொற்கள் வருகின்ற வரிசைமுறை (word order) மிக முக்கியமானது. ‘நான்’ என்பதைக் குறிக்கின்ற jɛ? என்ற சொல் எவ்விதத் திரிபும் இன்றி வருகிறது. வாக்கியம் *(19)*-ஐ எடுத்துக்கொள்வோம். ‘நாங்கள் மலேசியாவுக்குப் போகிறோம்’ என்ற பொருளைத் தெரிவிக்க mujam, jwp, pe?, kadah ஆகிய சொற்கள் இம்மொழியில் ஒன்றன்பின் ஒன்றாக வருகின்றன. தமிழில் உள்ள -கு என்ற விகுதிக்கு இணையாக இந்த மொழியில் *pe?* என்ற சொல் வருகிறது. ஒரு மொழியில் ஒட்டும் இன்னொரு மொழியில் சொல்லும் வருவதை நாம் பார்க்கிறோம். இம்மொழியில் சொற்களின் வரிசை முறை இலக்கண முக்கியத்துவம் வாய்ந்தது. மேலும் இன்னொரு வேறுபாட்டையும் நாம் குறிப்பிட வேண்டும். தமிழில் மேலே காட்டிய வாக்கியத்தின் வரிசைமுறை

23. எழுவாய் + வேற்றுமைத் தொடர் + வினை

என்ற முறையில் அமைந்திருக்க, கென்ஸிவ் வகையில்

24. எழுவாய் + வினை + வேற்றுமைச் சொல் + பெயர்த் தொடர்

என்று அமைந்துள்ளது. தமிழில் வினை, வாக்கியத்தின் இறுதியில் பொதுவாக வருகிறது. இந்த மொழியில் வினை, எழுவாயை அடுத்து இடையில் வருகிறது. ஆங்கிலத்தோடு இம்மொழி பல மொழியியல் கூறுகளில் ஒன்றுபடுகிறது. இதேபோல் உடைமைப் பொருளை உணர்த்துகின்ற பெயர்த் தொடர்களில் விசேடிக்கின்ற சொல் முதலிலும் தலைமைப் பெயர் இறுதியிலும் வருகின்றன. ஆனால், இந்த மொழியில் தலைமைப் பெயர் முதலிலும் விசேடிக்கின்ற சொல் அடுத்தும் வருகின்றன.

25. *jch* *bc?*
‘பெயர்’ ‘நீ’
‘உன் பெயர்’

26. *haja?* *jɛ?*
‘வீடு’ ‘நான்’
‘என் வீடு’

27. *bəku?*   *gin*
'புத்தகம்' 'அவன்'
'அவனுடைய புத்தகம்'

கின்ஸிவ் சகை மொழியில் சொற்கள் ஒன்றன்பின் ஒன்று தொடர்ந்து வந்து பொருள் அளிக்க, தமிழ் போன்ற மொழிகளில் சொற்களும் ஒட்டுகளும் சேர்ந்து சொல்லமைப்பை உருவாக்கி வாக்கியத்தின் பொருளை அளிக்கின்றன. சொல்லமைப்பு தமிழ் போன்ற மொழிகளில் சிக்கலானது. ஆனால், கின்ஸிவ் சகை போன்ற மொழிகளில் சொல்லமைப்பு மிக எளிமையானது. ஒட்டுகள் மிகச் சிலவே உள்ளன. வாக்கியங்கள் சொற்களைக் கொண்டே கட்டமைக்கப்படுகின்றன. தமிழில் சொற்களுக்குள் உள்ள ஒட்டுகள் இலக்கணப் பொருளை வெளிப்படுத்த, கின்ஸிவ் சகை போன்ற மொழிகளில் சொற்கள் வாக்கியத்தில் அமைந்துள்ள வரிசைமுறையின் மூலம் இலக்கணப் பொருளை உணர்த்துகின்றன.

இன்னொரு வேறுபாட்டையும் நாம் குறிப்பிட வேண்டும். தமிழ் போன்ற மொழிகளில் வேற்றுமைப் பொருளை உணர்த்தும் ஒட்டுகள் பெயர்ச்சொல்லுக்கு/பெயர்த்தொடருக்குப் பின்னர் வருகின்றன. ஆனால், கின்ஸிவ் சகை போன்ற மொழிகளில் பெயருக்கு/ பெயர்த்தொடருக்கு முன்னர் வேற்றுமைப் பொருளை உணர்த்தும் சொற்கள் வருகின்றன. கின்ஸிவ் சகை மொழியின் சில சான்று களையும் அவற்றிற்குரிய தமிழ் மொழிபெயர்ப்பையும் ஒப்பிடும் போது இவ்வேறுபாடுகள் எளிதில் விளங்கும்.

28. *jɛ?*   *ci?*   *nasi?*   *?ep*   *suduh*
'நான்' 'சாப்பிடு' 'உணவு' 'ஆல்' 'ஸ்பூன்'
நான் உணவை ஸ்பூனால் சாப்பிடுகிறேன்

29. *na?*   *dch*   *daj*   *kadaj*
'அம்மா' 'வந்தார்' 'இலிருந்து' 'மார்க்கெட்'
அம்மா மார்க்கெட்டிலிருந்து வந்தார்

30. *?əj*   *?ɛk*   *duwi*   *pe?*   *jɛ?*
'அப்பா' 'கொடுக்கிறார்' 'பணம்' '-கு' 'நான்'
அப்பா எனக்குப் பணம் கொடுக்கிறார்

மேலே கொடுக்கப்பட்ட வாக்கியங்களை ஒப்பிட்டுப் பார்த்தால் இவ்விரு மொழிகளுக்கும் இடையிலான வேறுபாடுகள் தெளிவாகும். தமிழும் கின்ஸிவ் சகையும் உலகில் உள்ள இரு வகை மொழிகளின்

பரந்த அளவிலான அமைப்பு வேறுபாடுகளைச் சுட்டுகின்றன. உலகில் உள்ள மொழிகளை இதுபோன்று மொழியின் அமைப்புக் கூறுகளை அடிப்படையாகக் கொண்டு மொழியியலார் வகைப் படுத்தினார்கள். மொழியியல் அந்தக் காலகட்டத்தில் மொழிகளை வகைப்படுத்துவதை ஆய்வு மையமாகக் கொண்டிருந்தது.

மூன்று வகை ஆய்வுகள் மொழி ஆராய்ச்சியில் அப்போது முதன்மைப்படுத்தப்பட்டன. முதலாவது மொழி வரலாறு. இரண்டாவது, குடும்ப மொழிகளை ஆராய்வது; மூன்றாவது உலகில் உள்ள மொழிகளை அமைப்புக் கூறுகளின் அடிப்படையில் (typology of language) வகைப்படுத்துவது. இந்த மூவகை ஆய்வே மொழி ஆராய்ச்சி என்று அந்தக் காலகட்டத்தில் கருதப்பட்டது. பெரும்பாலான ஆராய்ச்சிகள் இம்மையக் கருத்துகளைச் சுற்றியே நடைபெற்றன. மொழியியல் என்ற ஆய்வுத்துறையின் கண்ணோட்டம் (paradigm) இதுவாகவே அமைந்திருந்தது. அறிவியல் துறைகளின் வரலாற்றில் கண்ணோட்ட மாற்றம் (paradigm shift) என்பது முக்கியமான நிகழ்வாகும்.[2] அறிவியல் துறைகளின் வரலாறு இங்குக் குறிப்பிடப் பட்ட கண்ணோட்ட மாற்றங்களையும் அதற்கான சூழல்களையும் விவரிக்க வேண்டும். இதன் பின்னணியில் மொழியியலையும் நாம் பார்ப்போம். நாம் இங்குக் குறிப்பிட்டது ஐரோப்பிய நாடுகளில் காணப்பட்ட சூழல்கள். ஆனால், இந்தியா போன்ற நாடுகளில் வேறுவிதமான போக்கை நாம் காண்கிறோம்.

மொழிகளை வரலாற்று அடிப்படையில் அணுகுவதையும் மொழிகளை அமைப்புக் கூறுகளின் பின்னணியில் ஒப்பிடுகின்ற போக்கையும் நாம் இந்தியாவில் காண இயலவில்லை. இங்கு உருவான இலக்கணங்கள் ஒவ்வொரு மொழியையும் தனித்தனியாக விவரித்தது. இங்கு வளமான இலக்கணமரபு இருந்தது என்பதை நம்மிடையே உள்ள இலக்கணங்கள் உறுதிப்படுத்துகின்றன. அதுமட்டுமில்லாது, மேலை நாட்டு மொழியியலும் இதனால் பெரிதும் தாக்கம் அடைந்துள்ளது. குறிப்பாக, மொழியியலில் ஒலியியல் (phonetics) ஆய்வு இந்தியப் பாரம்பரியத்தின் செல்வாக்கிற்கு உள்ளானது. புளூம்பீல்டின் கருத்துகளிலிருந்து நாம் இதனை உணரலாம்.

இந்தியாவில் உதித்த (மொழிசார்) அறிவு, மொழிபற்றிய ஐரோப்பிய சிந்தனையில் ஒரு புரட்சியை ஏற்படுத்தியது. முதன் முதலாக ஐரோப்பியர்களுக்குக் காட்டப்பட்ட இந்திய இலக்கணம்

முழுமையானதாகவும் செம்மையானதாகவும் இருந்தது. கோட்பாட்டின் அடிப்படையில் அமையாமல் ஆழ்-நோக்கின் அடிப்படையில் அமைந்துள்ளது (Bloomfield 1933:10&11).

ஜான் லைன்ஸ் என்ற மொழியியல் அறிஞரும் இந்திய இலக்கண மரபின் உயர்வைக் கூறுவதைப் பின்வரும் கூற்றின்மூலம் நாம் உணரலாம்.

இந்திய இலக்கண மரபு கிரேக்க-உரோம மரபிலிருந்து தனித்துவ மானது மட்டுமின்றி பழமையானதும்கூட; உருவாக்கத்தில் அதிக வேறுபாடுகளையும் சில கூறுகளில் உயர்ந்ததாகவும் உள்ளது... இந்திய இலக்கண மரபு பன்னிரண்டு இலக்கணச் சிந்தனைப் பள்ளிகளை ஏற்றுக்கொண்டுள்ளது (இவற்றில் பல பாணினியின் சிந்தனையை ஒட்டியது; இதிலிருந்து மாறுபட்டவையும் உள்ளன). ஆயிரத்திற்கும் மேற்பட்ட இலக்கணங்கள் உள்ளன (Lyons 1968:19).

இரண்டு நிலைகளில் இந்திய இலக்கணங்கள் சிறப்பாக உள்ளன என்ற கருத்தை லைன்ஸ் முன்வைக்கிறார் (Lyons 1968:20). ஒலியியலிலும் சொற்களின் உள்ளமைப்பை ஆய்வதிலும் இந்திய இலக்கணங்கள் சிறப்பாக அமைந்துள்ளன என்று அவர் குறிப்பிடுகிறார். நோம் சோம்ஸ்கியும் 2001ஆம் ஆண்டு இந்தியாவிற்கு வந்தபோது இந்திய இலக்கண மரபை வெகுவாகப் பாராட்டியுள்ளார். ஆக்கமுறை இலக்கணத்தின் (generative grammar) வளர்ச்சியைத் தம்முடைய (Chomsky 1977: 111-112) பேட்டியில் விவரிக்கும்போது 1940ஆம் ஆண்டு பென்ஸில்வேனியா பல்கலைக்கழகத்திற்கு இளங்கலை பட்டத்திற்காகத் தான் அளித்த தற்கால ஹீப்ருவின் உருபொலியனியல் (*Morphophonemics of Modern Hebrew*) என்ற ஆய்வேட்டைக் குறிப்பிடுகிறார். அவர் இவ்வாய்வை மேலும் விரிவாக்கிப் பின்னர் முதுகலைப் பட்டத்திற்கு வழங்கினார். இதில் தொடரியல் ஓரளவிற்கு இடம்பெற்றுள்ளது. கல்கத்தா பல்கலைக்கழகம் இவருக்கு மதிப்புறு முதுமுனைவர் பட்டத்தை 2001ஆம் ஆண்டு வழங்கியது. அந்தப் பட்டமளிப்பு விழாவில் அவர் பேசும்போது,

(இதற்கு முன்) செவ்வியல் முன்னிகழ்வுகள் இருந்தன: பாணினியின் சமஸ்கிருத இலக்கணம் புகழ்பெற்றதும் முக்கியமானதும் ஆகும். நீங்கள் அனைவரும் அறிந்துள்ளதுபோல் என்னுடைய ஆய்வுக் களத்தின் பெரும் பகுதி இந்தியாவில் 2500 ஆண்டுகளுக்கு முன்பே உருவாக்கப்பட்டது. இன்று பயன்படுத்தும்

பொருளில் பாணினியின் சமஸ்கிருத இலக்கணம் முதல் 'ஆக்க முறை இலக்கணம்' ஆகும். நிறைய கண்டெடுக்கப்பட்ட புதையல்களில் பாணினியின் இலக்கணம் செம்மையானதாகும். (2001ஆம் ஆண்டு நவம்பர் மாதம் 22ஆம் தேதி சோம்ஸ்கிக்குக் கல்கத்தா பல்கலைக்கழகம் கல்கத்தாவில் மதிப்புறு முது முனைவர் பட்டம் கொடுத்தபோது அவர் ஆற்றிய சொற்பொழிவிலிருந்து).

இங்குக் காட்டப்பட்ட மேற்கோள்கள் இந்திய இலக்கண மரபின் உயர்வைமட்டுமின்றி அந்த மரபு ஐரோப்பிய மரபுவழி வந்த மொழியியலின்மீது ஏற்படுத்திய தாக்கத்தையும் சுட்டுகிறது. சென்ற நூற்றாண்டின் ஆரம்ப காலகட்டத்தில் இந்திய இலக்கண மரபின் உயர்வு நன்கு உணரப்பட்டது. இந்திய இலக்கண மரபு என்பது ஒரே ஒரு கோட்பாட்டையோ கொள்கையோ கொண்டதல்ல; அது பன்முகத்தன்மை கொண்டது. அது பல்வேறு இலக்கணச் சிந்தனை களை உள்ளடக்கியது. பாணினியை முதன்மைப்படுத்திப் பேசினாலும் இலக்கணக் கோட்பாடுகளில் பலவகை சிந்தனை ஓட்டங்களை இந்திய மரபில் நாம் காணலாம். குறைந்தது இரு வகைப் போக்குகளை இலக்கண ஆய்வாளர்கள் முதன்மைப் படுத்துவார்கள். ஒன்று பாணினிப் போக்கு; மற்றொன்று பாணினியல்லா (non-Pāṇinian tradition) போக்கு. இவ்விரு வகைப் போக்கும் இந்திய இலக்கண மரபில் முக்கியத்துவம் வாய்ந்தன. பாணினி அல்லாத இலக்கண மரபுப் போக்கைத் தமிழில் தொல் காப்பிய இலக்கணம் நமக்குக் காட்டுகிறது. தொல்காப்பியம் பாணினி அல்லாத ஐந்திர மரபைச் சார்ந்தது என்பது அதனுடைய பாயிரத்தி லிருந்து தெளிவாகிறது. இதனை அண்ணாமலை பின்வருமாறு குறிப்பிடுகிறார்.

பாணினி அல்லாத இலக்கண மரபுகளும் சமஸ்கிருதப் புலமை உலகில் இருந்தன. கிருஸ்து சகாப்தத்துக்கு முன்னதாகவே தொல்காப்பியம் அந்த இலக்கண மரபைத் தொடங்கிவைத்துள்ளது (Annamalai 2000: 1)

தொல்காப்பியம் தமிழின் தொன்மையான இலக்கணம் என்பதோடு பாணினி அல்லாத மாற்று இலக்கண மரபையும் சிந்தனையையும் விவரித்து நிற்கிறது. தமிழில் தோன்றிய இலக்கணங்கள் அனைத்தும் ஒரே கோட்பாட்டையும் சிந்தனையையும் கொண்டவை அல்ல. தமிழ் இலக்கண மரபில் வந்த இலக்கணங்களே இலக்கணச் சிந்தனையின் பன்முகத் தன்மையைச் சுட்டி நிற்கின்றன. தொல்காப்பியம் போன்ற

இலக்கணங்கள் தமிழில் தோன்றியதற்குரிய பின்னணியும் பாணினியின் இலக்கணம் சம்ஸ்கிருத மொழியில் தோன்றியதற்குரிய பின்னணியும் வெவ்வேறானவை. வேதங்களின் தூய்மை காக்கப்பட வேண்டும் என்பதில் பாணினியின் இலக்கணம் கவனம் செலுத்தியது. ஆனால், தொல்காப்பியம் தமிழ் மொழியில் உள்ள இலக்கியங்களின் தூய்மை காக்கப்பட வேண்டும் என்பதில் கவனம் செலுத்தியது. ஒன்றிற்கு மதத் தூய்மையும் இன்னொன்றிற்கு இலக்கியத் தூய்மையும் குறிக்கோள்களாக அமைந்திருந்தன. ஆகையால், இந்திய இலக்கண மரபு ஐரோப்பிய மொழி ஆய்வு மரபிலிருந்து மாறுபட்டிருந்ததால் மேலை நாட்டு அறிஞர்களின் கவனத்தைச் சிறப்பாக ஈர்த்தது. மொழியியல் என்ற துறை அறிவியல் துறையாக வளரும்போது இந்திய இலக்கண மரபிலிருந்து ஒலியியல் ஆய்வின் தன்மையையும் சொற்களின் அமைப்பை விவரிக்கின்ற போக்கையும் தனக்குள் உள்வாங்கிக் கொண்டது. மொழி வரலாற்றிற்கும் மொழி ஒப்பீட்டிற்கும் மொழி அமைப்புப் பற்றிய அறிவு மிக முக்கியமான அடித்தளம். மொழி அமைப்பு குறித்த கோட்பாட்டை உருவாக்குவதில் இந்திய இலக்கண மரபு முக்கிய பங்காற்றியிருக்கிறது.

மொழி ஆய்வில் நாம் இரு விதப் போக்குகள் சங்கமிப்பதைக் காண்கிறோம். இந்திய இலக்கணங்களின் மொழி விவரிப்பும் ஐரோப்பிய மொழி வரலாற்றுப் பார்வையும் மொழி ஒப்பீட்டுப் பார்வையும் ஐக்கியமாகின்றன. இந்தச் சூழல் மொழியியல் என்ற துறை அறிவியலாக முகிழ்க்கின்ற தருணம். ஐரோப்பிய மரபில் சசூரின் வருகை மொழி ஆய்வில் ஒரு பெரும் திருப்பத்தை ஏற்படுத்தியது. சசூரும் மொழி வரலாற்றிலும் மொழி ஒப்பீட்டுத் துறையிலும் தீவிரமாகப் பணியாற்றிக்கொண்டிருந்தவர். அவ்விரு துறைகளும் சிறப்பாகச் செயல்பட வேண்டும் என்றால் மொழி அமைப்பைப் பற்றிய அறிவு தேவை என்பதை சசூர் உணர ஆரம்பித்தார். மொழியியல் வரலாற்றில் ஒரு முக்கிய திருப்பத்தை சசூர் உண்டாக்கினார். மொழி வரலாறும் மொழி ஒப்பீடும் சிறக்க மொழிகளின் அமைப்பு பற்றிய அறிவு நமக்குத் தேவை.

ஆகையால், மொழியியல் மொழிகளின் அமைப்பை விவரிக்கின்ற கோட்பாட்டையும் கொள்கைகளையும் வகுக்க வேண்டும் என்பதை சசூர் வற்புறுத்தினார். மொழி அமைப்பையும் காலவோட்டத்தில் மொழியில் அமைப்பு எவ்வாறு மாறுகிறது என்பதையும் இவ்விரு தளங்களின் வாயிலாகப் பெற்றதின் அறிவைக் கொண்டு மொழிகளை

எவ்வாறு குடும்ப மொழிகளாக வகைப்படுத்துவது என்பதையும் உள்ளடக்கிய அறிவியல், மொழியியல் என்று அவரால் விவரிக்கப் பட்டது. ஒரு மொழியைப் பல்வேறு காலகட்டங்களாகப் பிரித்துக் கொண்டு அவ்வாறு பிரிக்கப்பட்ட ஒவ்வொரு காலகட்ட மொழியின் அமைப்பையும் நாம் முதலில் விவரிக்க வேண்டும். அவ்வாறு விவரித்த பின்னர் பல்வேறு காலகட்ட மொழி அமைப்புகளையும் ஒப்பிட்டு அம்மொழியில் ஏற்பட்ட மாற்றங்களை விவரிக்க வேண்டும். ஆகையால், மொழியியலில் வண்ணனை மொழியியலும் (descriptive linguistics) வரலாற்று மொழியியலும் அடிப்படையான பிரிவுகள். சசூரின் முக்கிய பங்களிப்பு வண்ணனை மொழியியல் என்ற ஒரு புதிய பிரிவைச் சுட்டியதோடு அதனுடைய முக்கியத் துவத்தையும் நமக்கு உணர்த்தியதுதான். எல்லா வகையான மொழி ஆய்வுக்கும் வண்ணனை மொழி ஆய்வு என்பது அடிப்படை. அவர் மொழி ஆய்வுக் கண்ணோட்டத்தில் ஒரு புதிய திருப்பத்தை உண்டாக்கினார். இந்தத் திருப்பத்தை மொழியியல் வரலாற்றில் கண்ணோட்ட மாற்றம் என்று நாம் கூறலாம் (Rangan: 2001). ஒரு அறிவியல் துறையின் வரலாறு என்பதும் இத்தகைய கண்ணோட்டங் களின் மாற்றம்தான்.

சசூரைப் பற்றி இன்னொரு முக்கிய தகவலையும் நாம் குறிப்பிட்டாக வேண்டும். அவர் டர்கைம் என்ற சமூகவியல் அறிஞரின் செல்வாக்கிற்கு உட்பட்டவர். அவர் சமூகத்தின் பொதுமைகளை ஆராய்ந்ததோடு தனி மனிதன் இந்தச் சமூகக் கட்டுப்பாடுகளால் கட்டுண்டவன் ஆவான் என்று குறிப்பிடுகிறார். அவன் சுதந்திர மானவன் அல்ல; சமூகத்தின் பொதுக்கட்டுப் பாடுகளால் கட்டுப் படுத்தப்பட்டவன். மொழியும் ஒரு சமூகத்தின் விளைபொருள் (product of society). ஆகையால் மொழி ஆய்வு மொழிவழியான சமூகப் பொதுமைகளை முன்வைக்கிறது. தனி மனிதன் ஒரு சமூகத்தின் உறுப்பினனாக இருக்கும்போது அந்தச் சமூகத்தின் வாயிலான மொழிப்பொதுமைகளை அவன் பின்பற்றித் தான் ஆகவேண்டும். அவன் இந்தப் பொதுமைகளிலிருந்து மீறுவது என்பது மிகக் கடினமான ஒன்று. சசூர் இந்தக் கருத்தை உள்வாங்கிக் கொண்டவர். வண்ணனை மொழியியல் என்பது சமூகம் சார்ந்த ஒரு மொழியின் பொதுமைகளை வெளிப்படுத்துகிறது. இந்த ஆய்வால் வெளிவருகின்ற பொதுமைகள் ஒட்டுமொத்த சமூகத்திற்கும் பொருந்தும். இந்த அணுகுமுறை மொழி வரலாற்றின் விளைபொருள் (product of history) என்ற பார்வையிலிருந்து மாறுபட்டு மொழி

ஒரு சமூகத்தின் விளைபொருள் என்ற பார்வைக்கு நம்மை இட்டுச் செல்கிறது. ஆகையால்தான், சசூரின் மொழி ஆய்வு, மொழி உலகக் கண்ணோட்டத்தை மாற்றிய புரட்சிகர அணுகுமுறை என்று விவரிக்கப்படுகிறது. மொழி அமைப்பு சிக்கலானது. விலங்குகளின் கருத்துப் பரிமாற்றக் கருவிகளிலிருந்து மனிதனின் கருத்துப் பரிமாற்ற சாதனமான மொழி, சிக்கலானதும் குணாம்ச அடிப்படையில் வேறுபட்டதும்கூட. மொழியின் அமைப்பைப் புரிந்துகொள்ள பல நிலைகளை (levels) நாம் கட்டமைக்க வேண்டியுள்ளது. ஒவ்வொரு நிலைக்கும் மொழித் தனிமங்கள் (elements of language) உண்டு.

மொழி என்பதன் அடிப்படை ஊடகம் ஒலி. ஒலிகள் ஒன்றன்பின் ஒன்று தொடர்ந்து வருவதுபோல் ஒரு மொழியைப் பேசுபவர்கள் உணர்கிறார்கள். ஒரு மொழியை அறிந்தவர்கள் முதலாவதாகத் தாங்கள் கேட்கும் சத்தங்களை ஒலிகளின் தொடர்ச்சியாகக் கருதுகிறார்கள். மொழியை அறியாதவர்களுக்கு அந்த மொழியினுடைய ஒலிகளின் தொடர்ச்சி வெறும் சத்தங்களாகத் தோன்றும். முதல் நிலையில் மொழியைத் தெரிந்தவர்களுக்கு அந்த மொழியில் எழுப்பப்படுகின்ற ஒலிகளின் தொடர்ச்சியைக் கூறுபோடத் தெரியும். பொருளைப் புரிந்துகொள்வதற்குரிய முதல்படி அந்த மொழியின் ஒலிகளைக் கூறிடல் (segmentation). அந்த மொழியில் பல ஒலிகள் இருந்தாலும் சில ஒலிகளை அடிப்படை ஒலிகளாகக் கருதவேண்டியுள்ளது. அந்த ஒலிகள் பொருள் வேறுபாட்டை உணர்த்தும். வண்ணனை மொழியியலின் முக்கியப் பணி ஒரு மொழியின் அடிப்படை ஒலிகளாகிய ஒலியன்களை (phonemes) காணும் வழிமுறைகளுக்குரிய கொள்கைகளை வகுத்தல்.

ஒலியன்கள் என்பது ஒலியனியல் நிலையில் உள்ள அடிப்படைத் தனிமங்கள். புறவய நிலையில் இத்தகைய தனிமங்களைக் கண்டுபிடிக்கும் வழிமுறைகளை மொழியியல் என்ற அறிவியல்துறை கோட்பாடாக அளிக்க வேண்டும். அவ்வாறு கண்டுபிடிக்கப்பட்ட ஒலியன்களை வகைப்படுத்துதல் அடுத்த பணி. சொல்லமைப்பு நிலையில் உருபன் (morpheme) என்பது அடிப்படைத் தனிமம். உருபன்களைக் கொண்டு சொல்லமைப்பு விவரிக்கப்படுகிறது. இந்தத் தனிமங்களுக்கு இடையே ஒருவித உறவும் உளவியல் அடிப்படையிலான உறவும் உள்ளன. மொழியியல் இதனை விவரிக்க வேண்டும் என்று சசூர் வற்புறுத்தினார். இந்தத் தனிமங் களுக்கு இடையே உள்ள உறவை அடுக்கு உறவு (paradigmatic relationship) என்றும் உறுப்பமைவு உறவு (syntagmatic relationship) என்றும் நாம் வகைப்படுத்தலாம். வேற்றுமை உருபுகளுக்கு இடையிலான உறவை நாம் அடுக்குநிலை உறவு என்று கூறலாம். ஒரு வாக்கியத்தில் சொற்கள் ஒன்றன்பின் ஒன்றாக வரும்போது சில கட்டுப்பாடுகள் விதிக்கப்படுகின்றன.

33. சுவையான உணவு
34. *சுவையான மேஜை
35. வெள்ளை நிலா
36. *ஊதா நிலா

சான்றுகள் (33)உம் (35)உம் தமிழ் பேசுபவர்களால் ஏற்றுக் கொள்ளப்படுகின்றன. ஆனால், (34)உம் (36)உம் ஏற்றுக் கொள்ளப் படாமல் மறுக்கப்படுகின்றன. சுவையான என்ற சொல்லுக்கு உணவு என்ற சொல்லுக்கும் ஒத்துபோகின்ற உறவு இருக்கிறது. சுவையான என்ற சொல்லும் மேஜை என்ற சொல்லும் ஒத்துப்போக முடியவில்லை. அதேபோல, ஊதா என்ற சொல்லும் நிலா என்ற சொல்லும் ஒத்துப்போக முடியவில்லை. ஆகையால், ஒரு மொழியில் உள்ள எல்லாச் சொற்களும் எல்லாச் சொற்களுடனும் இணைந்து செல்ல இயலாது. சொற்களின் சேர்க்கையில் ஒரு விதக் கட்டுப்பாடுகள் உள்ளன. அதனை நாம் உறுப்பமைவு உறவு என்று சொல்லலாம். மொழியின் தனிமங்கள் அனைத்தும் இத்தகைய உறவுகளால் கட்டுண்டு கிடக்கின்றன. வண்ணனை மொழியியல் ஒரு மொழியின் அமைப்பை விவரிக்கும்போது அந்த மொழியின் தனிமங்கள் அனைத்தையும் இவ்விரு வகை உறவுகளால் விவரிக்க வேண்டும்.

கூறிடலும் வகைப்படுத்துதலும் (classification) மொழி விவரிப்பின் அடித்தளங்கள். அதேபோல், மொழியின் பல்வகைக் கூறுகளைப் பல நிலைகளில் விவரிப்பதும் மொழி ஆய்வின் முக்கியப் பணி. வண்ணனை மொழியியல் என்ற பிரிவிற்கு அடித்தளமிட்டவர் சசூர் ஆவார். அவருடைய பணிதான் அமைப்பு மொழியியல் (structural linguistics) என்ற கோட்பாட்டிற்கு அடித்தளமிட்டது. அமைப்பு மொழியியல் என்பது ஒரு மொழியின் அமைப்பை விவரிக்கின்ற உத்திகள் நிறைந்த துறைமட்டும் அன்று; அதற்குப் பின்னால் சில தத்துவங்களும் உள்ளன. அமைப்பு என்பதை அடிப்படையாகக் கொண்டு உலக மொழிகளை நாம் பார்க்கும்போது சில கருத்துகள் முன்வைக்கப்படுகின்றன.

1. அமைப்பு நிலையில் மொழிகளை நோக்கும்போது எல்லா மொழிகளும் சம்மானவை.
2. மொழிகளுக்கு இடையே உயர்வு/தாழ்வு கிடையாது; கற்பிக்கப்படும் உயர்வு/தாழ்வு சமூக மதிப்பீட்டைச் சார்ந்தது. சமூகங்களுக்கு இடையிலான உயர்வு/தாழ்வு மொழிகளின் மேல் ஏற்றப்படுகிறது.
3. ஒவ்வொரு மொழியும் அததற்குரிய அமைப்பையும் இலக்கண வகைகளையும் உடையது.[3]
4. வரலாற்றுப் பின்புலத்திலிருந்து பிரித்தெடுத்து மொழியின் அமைப்பை அணுகவும் விவரிக்கவும் முடியும் (process of dehistoricization).
5. ஒரு மொழியை அது பயன்படுத்தப்படும் சூழல்களிலிருந்து பிரித்தெடுத்து அதன் அமைப்பை விவரிக்கவும் இயலும் (process of decontextualization).
6. ஆகையால், மொழியின் வண்ணனை விவரிப்பு தனித்தது. அதாவது, வண்ணனை மொழி விவரிப்பு வரலாற்றிலிருந்தும் சூழலிலிருந்தும் சுயமானது.
7. ஒரு மொழியைப் பேசும் சமுதாயம் (speech community) ஒருமைத்தானது (homogeneous). ஒரு மொழியைப் பேசுகின்ற மக்கள் அனைவரும் அந்த மொழியை வேறுபாடின்றி ஒரே மாதிரியாகப் பேசுகிறார்கள் என்று கருத்தியலாக்கம் செய்யப் படுகிறது. இது ஆய்வுக்காக மேற்கொள்ளப்படும் கருத்தியல் நிலை (ideal level).
8. மொழி பழக்க வழக்கங்களால் பெறப்படுகின்ற ஒன்று.
9. மொழிகள் தங்களுக்குள் எவ்வாறு வேறுபடும் என்பதைக் கணிக்க முடியாது.

மேலே கூறப்பட்டவை அனைத்தும் அமைப்பியம் என்ற தத்துவத்தின் மூலம் பெறப்பட்ட மொழிசார்ந்த தத்துவங்கள். அமைப்பு மொழியியல் இவற்றை உள்ளடக்கி வளர்த்தெடுக்கப் பட்டது. சசூரால் வித்திடப்பட்ட அமைப்பு மொழியியல் ஐரோப்பிய நாடுகளிலும் ஐக்கிய அமெரிக்க நாட்டிலும் சில வேறுபாடுகளுடன் வளர்ந்தது.

அமைப்பு மொழியியல் வளர்ச்சியில் நாம் முக்கியமாக அமெரிக்க மொழியியல் களம் சார்ந்த இருவரைக் குறிப்பிட்டாக வேண்டும். ஒருவர் எட்வேர்டு சபீர்; மற்றொருவர் லெனார்டு ப்ளூம்பீல்டு.

அமெரிக்காவில் அமைப்பு மொழியியல் வளர அவர்கள் முக்கிய பங்காற்றியுள்ளார்கள். இருவருமே தங்களுக்கென்று தனித்துவம் கொண்டவர்கள். மொழியியல் ஒரு அறிவியல்துறையாக வளர்த் தெடுப்பதில் முக்கிய பங்காற்றியவர் புளூம்பீல்டு. குறிப்பாக, புற நடத்தையியம் (behaviorism) என்ற உளவியல் பின்னணியில் மொழியியல் கோட்பாட்டை உருவாக்கினார். சபீர் உளவியல் அணுகுமுறையை மேற்கொண்டாலும் அவருடைய அணுகுமுறை புளூம்பீல்டு அணுகுமுறையிலிருந்து வேறுபட்டது. அவருடைய அணுகுமுறை உளவியத்தைச் (mentalism) சார்ந்தது. மேலும் சபீர் மானிடவியலைப் பின்புலமாகக் கொண்டவர். மொழியியலுக்கு மானிடவியல் ஒரு காலகட்டத்தில் செவிலித்தாயாக இருந்தது. மானிடவியலின் பகுதியாக மொழியியல் வளர்ந்தது. மொழி, பண்பாட்டின் பகுதியாகப் பார்க்கப்பட்டது. பழங்குடி மக்களை அவர்கள் மொழிமூலம் அணுகுவது எளிது. ஆகையால் அவர்கள் மொழிகளைக் கற்றுக் கொள்வதில் மிகுந்த ஆர்வம் காட்டினார்கள். மொழி, அம்மக்களோடு நெருங்கிப் பழகவும் உறவாடவும் உதவக் கூடிய ஒரு கருவியாக முதலில் அவர்களால் கருதப்பட்டது. பின்னர் மொழியே பண்பாட்டின் பகுதி என்று உணரப்பட்டதால், அதனை ஆராய்வது மானிடவியல் ஆய்வுக்குப் பெரும் துணைபுரியும் என்று கருதப்பட்டது. அந்தப் பின்புலத்தில் மானிடவியல் அறிஞர்கள் மொழியியல் கொள்கைகளையும் கோட்பாடுகளையும் உருவாக்குவதில் பெரும் பங்காற்றினார்கள்.

மொழி நம் வாழ்க்கையோடு பின்னிப்பிணைந்தது. நம் வாழ்க்கையின் அறிவுத்தொட்டில் நாம் பயன்படுத்தும் மொழிதான். அந்தத் தொட்டிலில்தான் நம் அறிவுப் பயணம் தொடங்குகிறது. குழந்தை பிறந்தவுடன் உடலாலும் உள்ளத்தாலும் வளர்ச்சி பெறுகிறது. தாயின் பாலும் மற்றைய உணவுகளும் அதன் உடல் வளர்ச்சியில் பங்காற்றுகின்றன. அதனுடைய மூளையும் இன்னொரு பக்கம் வளர்ச்சி அடைகிறது. அறிவு வளர்ச்சி என்பது அந்தக் குழந்தையின் உடல் வளர்ச்சியோடு அதனுடைய சமூகம் வாழும் நிலப் பரப்போடும் அந்தப் பரப்பில் வாழும் விலங்குகள் மற்றும் தாவரங்கள் ஆகியவற்றோடும் தொடர்புடையது. அந்தச் சமூகத்தின் அமைப்பும் செயல்பாடுகளும் அக்குழந்தையின் அறிவு வளர்ச்சியின் திக்கைத் தீர்மானிக்கின்றன. சமூகத்தின் சொத்துக்களுள் ஒன்றான மொழி, அறிவு வளர்ச்சியையும் உலகக் கண்ணோட்டத்தையும் (world view) உருவாக்குவதில் பெரும்பங்கு வகிக்கிறது.

மொழி என்பதைக் கருத்துப் பரிமாற்றக் கருவியாக மட்டும் பார்ப்பது என்பது நிறைவான அணுகுமுறை அல்ல. மொழியை அவ்வாறு அணுகுவது பல்வேறு அணுகுமுறைகளில் ஒன்று. மானிடவியலார் பார்க்கின்ற ஒரு பார்வையை நான் இங்குச் சுட்ட விரும்புகிறேன். குழந்தை பிறந்தவுடன் இந்த உலகைப் புரிந்து கொள்ளப் பயன்படுத்தும் பல்வேறு கருவிகளுள் மொழி முதன்மை யானது. குழந்தை மொழியைக் கற்றுக்கொள்ளும் விதம் மற்றைய கலை, அறிவியல் துறைகளைக் கற்பதிலிருந்தும் வேறுபட்டது. இதனை நாம் இங்கு விரிவாகப் பேசப்போவதில்லை.

நாம் பேசுகின்ற மொழி இந்த உலகை அதனுடைய சொற்களைக் கொண்டும் இலக்கண அமைப்பைக் கொண்டும் பிரித்தும் வகுத்தும் ஒருவித உலகக் கண்ணோட்டதைத் தன்னுள் கட்டமைத்துக் கொண்டுள்ளது. சான்றாக, ஒரு மொழியில் உள்ள வண்ணங்கள் பற்றிய சொற்கள் ஒருவித உலகக் கண்ணோட்ட அமைப்பை உருவாக்கி வைத்துள்ளது. குழந்தை மொழியைக் கற்கும்போதே அந்த மொழி தன்னுள் கொண்டுள்ள உலகக் கண்ணோட்ட அமைப்பையும் உள்வாங்கிக்கொள்கிறது. அதேபோல், உறவுமுறைச் சொற்களும் (kinship terms) அந்தச் சமூகம் கட்டமைத்துள்ள உறவுமுறை உலகை வெளிப்படுத்துகிறது. குழந்தை சொற்களை வெறுமனே தன் மூளையில் இருத்திக்கொள்ளவில்லை; அந்தச் சொற்களைக் கற்பது மூலம் அந்தச் சமூகம் கட்டியமைத்துள்ள உறவுமுறை உலகை உள்வாங்கிக்கொள்கிறது. அதனுடைய உலகக் கண்ணோட்டம் அந்த மொழியின் சொற்களாலும் இலக்கண அமைப்பாலும் கட்டமைக்கப் படுகிறது.

ஒவ்வொரு குழந்தையும் ஒரு மொழியைக் கற்கும்போது அந்தச் சமூகம் மொழிமூலம் உருவாக்கிய உலகக் கண்ணோட்டத்தையும் உள்வாங்குகிறது. அந்தக் குழந்தை பார்க்கின்ற உலகம் அதனுடைய மொழியால் உருவாக்கப்படுகிறது. மானிடவியல் அறிஞர்களான வுர்ஃபும் (Whorf) சபீரும் இந்தக் கருத்தை முன்வைத்தார்கள். அது சர்ச்சைக்குரியதாக இருப்பினும் அறிவு வளர்ச்சியிலும் ஒரு மனிதனின் உலகக் கண்ணோட்டத்திலும் மொழி முக்கிய பங்காற்றுகிறது. குழந்தைக்கு யாரும் மொழியைக் கற்றுக்கொடுப்பதில்லை; மாறாக, குழந்தை குடும்ப மற்றும் சமூகச் சூழல்களிலிருந்து மொழியைப் பெறுகிறது. மொழிப்பேறு (language acquisition) குழந்தைகளிடம் இயல்பாக நடைபெறுகிறது.

மொழிமூலம் பெறுகிற அறிவும் உலகக் கண்ணோட்டமுமே குழந்தைகளின் ஆரம்பக் காலகட்டத்தில் முக்கிய பங்கு பெறுகின்றன. மொழி ஒரு சமூகத்தின் விளைபொருளாக மட்டுமின்றி அந்தச் சமூகத்தின் ஒவ்வொரு உறுப்பினரின் உலகக் கண்ணோட்டத்தையும் தீர்மானிப்பதாக உள்ளது. இது மானிடவியல் துறையின் பங்களிப்பு. நாம் மொழியைப் பல்வேறு கோணங்களிலிருந்து அணுகலாம். இது ஒரு அணுகுமுறை.

மொழி அமைப்பை விவரிக்க அடிப்படையாக ஆற்ற வேண்டிய பணிகள் எவை? நாம் முன்னரே குறிப்பிட்டதுபோல், ஒரு மொழியின் அமைப்பை விவரிக்கப் பல நிலைகளை உருவகிக்க வேண்டியுள்ளது. முதலாவது, ஒலியனியல் நிலை; இரண்டாவது உருபனியல் நிலை. இவ்விரு நிலைகளுக்கும் உரிய தனிமங்களைக் கண்டுபிடிப்பதற்கு உரிய வழிமுறைகளைக் கொள்கைகளாக வகுப்பது முதல் பணியாக அமைந்தது. ஒரு மொழியின் ஒலியமைப்பை விவரிக்க ஒலிகளும் ஒலியியன்களும் தேவை என்பது உணரப்பட்டது. அதேபோல், சொல்லின் அமைப்பை விவரிக்க உருபுகளும் (morphs) உருபன்களும் தேவை என்பதும் வற்புறுத்தப்பட்டது.

பைக் போன்ற அறிஞர்கள் இந்த நிலைகளுக்கு இடையிலான ஒற்றுமைக் கூறுகளையும் காட்டினார்கள். ஒன்று பருமையான (concrete) நிலையென்றும் மற்றது நுண்மையான (abstract) நிலை யென்றும் பகுக்கப்பட்டன. அந்த இரு நிலைகளுக்கும் உரிய கொள்கைகளை உருவாக்குவதிலும் வளர்ப்பதிலும் ஆய்வாளர்கள் மிகுந்த கவனம் செலுத்தினார்கள். தனிமங்கள் கண்டுபிடிக்கப்பட்டு வகைப்படுத்துவதோடு அவற்றின் வருகைமுறையும் (distribution) விவரிக்கப்பட வேண்டும். சுருக்கமாகச் சொன்னால், ஒலிச் சங்கிலி களைக் கூறிடுவதும் மொழியின் பல்வேறு நிலைகளில் உள்ள தனிமங்களைக் கண்டுபிடிப்பதும், அவ்வாறு கண்டுபிடிக்கப்பட்ட தனிமங்களை வகைப்படுத்துவதும், அந்தத் தனிமங்களின் வருகை முறையை விவரிப்பதும், மொழி அமைப்பை விவரிக்கும் செயல்களாகும். இப்பொதுமை எல்லா நிலைகளுக்கும் பொருந்தும். இந்தக் குறிக்கோளை நிறைவேற்றத்தான், பல்வேறு கோட்பாடுகள் உருவாக்கப்பட்டன.

மொழி விவரிப்பு முதலில் ஒலியன்களைக் கொண்டு ஒலியனியல் அமைப்பையும் (phonological structure) பின்னர் உருபன்களைக் கொண்டு சொற்களின் அமைப்பையும் (morphological structure)

சொற்களைக் கொண்டு தொடர்களின் அமைப்பையும் (phrase structure) தொடர்களைக் கொண்டு வாக்கியங்களின் அமைப்பையும் (sentence structure) விவரிக்க வேண்டும் என்பது ஏற்கப்பட்டது. அந்தக் காலகட்டத்தில் நடைபெற்ற மொழி ஆய்வின் விளைவாகத் தோன்றிய சில முக்கியமான கொள்கைகளையும் அணுகுமுறை களையும் நாம் குறிப்பிடலாம். வேற்றுநிலைக் கொள்கையும் (principle of contrast) இணைநிலைக் கொள்கையும் (principle of complementation) அமைப்பு மொழியியல் கோட்பாட்டில் மிக முக்கியமானவை. பதிலிடுதல் (substitution) என்பது இந்தக் கோட்பாட்டின் முக்கிய அணுகுமுறை. மொழி ஆய்வு புறவயத் தன்மை (objectivity) கொண்டதாக அமைதல் வேண்டும் என்பது மிகவும் வற்புறுத்தப்பட்ட கருத்து. ஆய்வாளர் பேசுவோரின் புற நடத்தையால் வெளிப்படும் மொழி அமைப்பை விவரிக்க வேண்டும். ஆய்வாளரின் மொழிசார் உணர்வுகளுக்கோ தீர்ப்புகளுக்கோ அங்கு இடம் இல்லை. முழுக்க முழுக்க பேசுவோரின் மொழி அமைப்பை விவரிப்பதாக அமைய வேண்டும். உளவியலில் புற நடத்தையியலாரின் செல்வாக்கை மொழியியல் உள்வாங்கியதால் உண்டான நிலைமை இது. இப்போக்கு தத்துவ நிலையிலும் மேற்கொள்ளப்பட்டது. இதனை நாம் பின்னர் விரிவாக விவாதிப்போம்.

அமைப்பு மொழியியல் கோட்பாடு மொழிகளை விவரிப்பதில் பெரும்பங்கு ஆற்றியது. மொழிகளின் ஒலியனியல் அமைப்பையும் உருபனியல் அமைப்பையும் விவரிப்பதில் அமைப்பு மொழியியல் பெருமளவு வெற்றிபெற்றது. தொடரியல் அமைப்பை (syntactic structure) விவரிக்கும்போதுதான் பிரச்சினைகள் தோன்ற ஆரம்பித்தன. மொழியியலார் பல முன்மாதிரிகளை (models) மொழிகளின் தொடரியலை விவரிக்க முன்வைத்தனர். அமைப்பு மொழியியல் கோட்பாட்டின் வரம்பிற்குள் எழுந்த முன்மாதிரி அண்மை உறுப்புப் பகுப்பாய்வு (Immediate Constituent Analysis) என்பதாகும். அந்த முன்மாதிரியை உருவாக்கியவர்களுள் குறிப்பிடத் தகுந்தவர் ரூலன் வெல்ஸ். சார்லஸ் ஹாக்கெடும் ஜெல்லிக் ஹேரிஸும் அதனை மேலும் செழுமைப்படுத்தினார்கள்.

அண்மை உறுப்புப் பகுப்பாய்வு பற்றிய சில செய்திகளை மேலோட்டமாகக் கூறிவிட்டு நாம் மேலே தொடர்வோம். கூற்றுகள் (utterances) தொடரியல் ஆய்வின் அலகுகள் (units of analysis) ஆகும்.

வாக்கியம் என்ற கலைச்சொல்லுக்கும் கூற்று என்ற கலைச் சொல்லுக்கும் வேறுபாடுகள் இருப்பினும் அவற்றை நாம் இப்போது ஒரு பொருட் பன்மொழி (synonymy) போல் பயன் படுத்துவோம். ஒரு மொழியில் உள்ள வாக்கியங்களில் சொற்களும் தொடர்களும் எவ்வாறு அமைந்து கிடக்கின்றன என்பதை விவரிக்கப் பயன்படும் கொள்கைகளைக் கண்டுபிடிப்பதே தொடரியலின் பணியாகும்.[4] அண்மை உறுப்புப் பகுப்பாய்வு ஒரு வாக்கியத்தை எடுத்துக்கொண்டு அதனை இரு இரு கூறுகளாக (binary division) பகுக்கிறது. ஒரு வாக்கியத்தை உதாரணமாக எடுத்துக்கொண்டு நாம் விளக்கலாம்.

37. மாதவன் கண்ணனுக்கு ஒரு புத்தகம் கொடுத்தான்

இந்த வாக்கியத்தை இரு கூறுகளாக முதலில் பிரித்திடலாம். இதை

[[மாதவன்] [கண்ணனுக்கு ஒரு புத்தகம் கொடுத்தான்]]

என்று காட்டலாம். இந்த வாக்கியத்தை இப்படிதான் பகுக்க வேண்டுமா? வேறு முறைகளில் முடியாதா? அவ்வாறு இயலும் என்றால், நாம் எதை சரியானதாகக் கருதுவது? ஒரு வாக்கியத்தைப் பல வழிகளில் பகுக்க இயலும் என்றால் சரியான ஒன்றைத் தேர்ந்தெடுப்பதற்குரிய வழிமுறைகள் எவை? அவற்றுக்குரிய பதிலைத் தேடினால், நாம் ஒரு வாக்கியத்தைப் பகுத்தாய்வதற்குரிய கொள்கைகளை வகுத்துவிட்டோம் என்று பொருள்.

பதிலீடு முறை இங்கும் பயன்படுத்தப்படுகிறது. மாதவன் என்பதை நிலையாக வைத்துக்கொண்டு சென்றான் என்பதை இரண்டாவது பகுதிக்கு இணையாக மாற்றலாம். அவ்வாறு மாற்றும்போது,

38. மாதவன் சென்றான்

என்ற வாக்கியம் நமக்குக் கிடைக்கிறது. வேறு வகையில் இந்த வாக்கியத்தைக் பகுக்கும்போது இவ்வாறு மாற்றுவது கடினம்.

37a. மாதவன் கண்ணனுக்கு ஒரு புத்தகம் கொடுத்தான்

இந்த வாக்கியத்தில் மாதவன் கண்ணனுக்கு என்பதை ஒரு கூறாகவும் ஒரு புத்தகம் கொடுத்தான் என்பதை இன்னொரு கூறாகவும் பிரித்துக் காட்டியிருக்கிறோம். மாதவன் கண்ணனுக்கு என்பதற்கு இணையான கூறை நாம் பதிலீடு செய்ய இயலாது.

ஒவ்வொரு அலகையும் இரண்டு இரண்டு கூறுகளாக நாம் பகுக்கும் போது அவற்றிற்கு இணையான வற்றைப் பதிலீடு செய்கின்ற

முறையில் அவை அமைந்திருக்க வேண்டும். இதனைச் சற்று விரிவாக விவரிப்போம். வாக்கியம் (37) எவ்வாறு பகுப்பாய்வு செய்யப் படுகிறது என்று பார்ப்போம். இதைக் கிளைப்படம் மூலம் காட்டுவோம் (37).

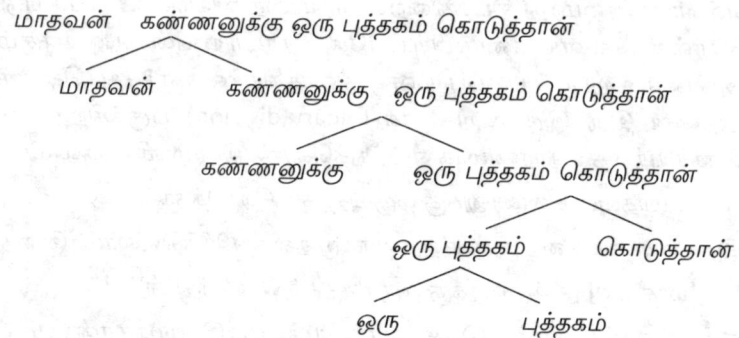

இதனையே நாம் வேறு முறையிலும் காட்டலாம்.

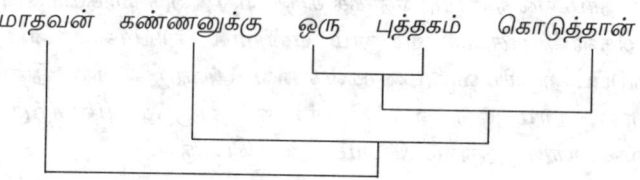

கிளைப்படம் ஒரு வாக்கியத்தை எவ்வாறு மேல்நிலையிலிருந்து இரு இரு கூறுகளாகப் பிரித்துச் சொல்நிலைக்கு வருவது என்பதைக் காட்டுகிறது. ஒரு அணுகுமுறை வாக்கிய நிலையிலிருந்து சொல் நிலைக்கு இறங்கிவருகிறது. அதற்கு எதிர்மறையான அணுகு முறை சொல்நிலையிலிருந்து வாக்கிய நிலைக்கு மேலேறுவது. எந்த அணுகுமுறையைப் பின்பற்றினாலும் பின்பற்றப்பட வேண்டிய முறைகளும் கொள்கைகளும் ஒன்றே. அமைப்பு மொழியியல் கோட்பாட்டிற்குள் மொழியின் அமைப்பை எல்லா நிலைகளிலும் விவரிக்க இயலும் என்பதைத்தான் இது காட்டுகிறது. ஆனால், இந்த நிலை நீடிக்கவில்லை.

மொழியில் எண்ணிறந்த வாக்கியங்கள் உள்ளன. ஒவ்வொரு வாக்கியத்தையும் தனித்தனியாக எடுத்துக்கொண்டு அண்மை உறுப்புப் பகுப்பாய்வு விவரிக்கிறது. ஒரு மொழியில் உள்ள வாக்கியங்கள் அனைத்தையும் விவரிப்பது என்பது இயலாத காரியம். இந்த முன்மாதிரியின் குறைபாடுகளை மொழியியலார் சுட்ட ஆரம்பித்தார்கள்.

ஹேரிஸ் அதனை நிவர்த்தி செய்ய முனைந்தார். கூற்றை அடிப்படையாக எடுப்பதற்குப் பதிலாகச் சொல்லாடலை (discourse) விவரிப்பின் மேலெல்லை அலகாகக் கொள்ளலாம் என்ற கருத்தை முன்வைத்தார். ஒவ்வொரு சொல்லாடலிலும் பல வாக்கியங்கள் உள்ளன. ஒவ்வொரு வாக்கியத்தையும் தனித்தனியாகப் பகுத்தாய வேண்டும். இவ்வகை ஆய்வு எளிமையானதாக அமையவில்லை. ஆய்வின் அடிப்படைக் கூறுகளுள் ஒன்று, விவரிப்பு சிக்கனமான தாகவும் எளிமையானதாகவும் அமைய வேண்டும் என்பதாகும். இந்தக் கோணத்திலிருந்து பார்க்கும்போது அண்மை உறுப்புப் பகுப்பாய்வு சிக்கனமானதாகவும் எளிமையானதாகவும் அமையவில்லை.

ஆகையால், வேறு ஒரு முன்மாதிரியைக் கண்டுபிடிப்பது அவசியமாகிறது. அந்தத் தருணத்தில்தான் ஹேரிஸ் இடமாற்றத்தின் (transformations) தேவையை வலியுறுத்தினார். ஒரு சொல்லாடலில் உள்ள வாக்கியங்களுள் சில அடிப்படை வாக்கியங்களாகக் கண்டறியப்பட வேண்டும். அவ்வாக்கியங்களை அவர் வித்து வாக்கியங்கள் (kernel sentences) என்று அழைத்தார்.

இந்த வித்து வாக்கியங்களிலிருந்து மற்ற வகை வாக்கியங்கள் இடமாற்றத்தின் மூலம் வருவிக்கப்பட வேண்டும். மொழியின் சொல்லாடல்களை இவ்விதம் விவரிக்கும் இலக்கணம் சிக்கலற்ற தாகவும் எளிமையானதாகவும் அமையும். அண்மை உறுப்புப் பகுப்பாய்வு இலக்கணத்திற்கு அவ்விதிகள் சேர்க்கப்படும்போது அவ்விலக்கணம் ஆற்றல்மிக்கதாக அமைந்துவிடுகிறது. அந்த இலக்கணம் ஒரு மொழியில் உள்ள எண்ணிறந்த வாக்கியங்களை விவரிப்பதோடு வாக்கியங்களுக்கு இடையிலான உறவையும் கணக்கில் எடுத்துக்கொள்கிறது. இது ஒரு முக்கியமான முன்னேற்றம். ஓரிரு சான்றுகள்மூலம் நாம் இதனை விளக்குவோம்.

39. *உலகமயமாக்கல் மொழியிழப்பிற்குக் காரணமாக உள்ளது.*

40. *சோம்ஸ்கி ஏகாதிபத்தியத்தை எதிர்த்துப் போராடுகிறார்.*

இவ்விரு வாக்கியங்களுக்கும் உறவுடைய வினா வாக்கியமும் எதிர்மறை வாக்கியமும் ஒரே சொல்லாடலில் வர வாய்ப்புள்ளது. அவற்றைத் தனித்தனியாக விவரிப்பதைவிட அவற்றை இட மாற்றத்தின் மூலம் உறவுபடுத்தலாம்.

உலகமயமாக்கல் மொழியிழப்பிற்குக் காரணமாக உள்ளது ------>

41. *உலகமயமாக்கல் மொழியிழப்பிற்குக் காரணமாக உள்ளதா?*

சோம்ஸ்கி ஏகாதிபத்தியத்தை எதிர்த்துப் போராடுகிறார் ------>

42. *சோம்ஸ்கி ஏகாதிபத்தியத்தை எதிர்த்துப் போராடுகிறாரா?*

இன்னொரு விதி அவற்றை,

உலகமயமாக்கல் மொழியிழப்பிற்குக் காரணமாக உள்ளது ------>

43. *உலகமயமாக்கல் மொழியிழப்பிற்குக் காரணமாக இல்லை*

சோம்ஸ்கி ஏகாதிபத்தியத்தை எதிர்த்துப் போராடுகிறார் ------>

சோம்ஸ்கி ஏகாதிபத்தியத்தை எதிர்த்துப் போராடவில்லை

என்ற எதிர்மறை வாக்கியங்களாக மாற்றும். இவ்வாறு உடன்பாட்டு வாக்கியங்களிலிருந்து ஏனைய எதிர்மறை, வினா மற்றும் ஏவல் வாக்கியங்களை இடமாற்றத்தின் மூலம் வருவித்திக்கொள்ளலாம். ஹேரிஸால் உருவாக்கப்பட்ட முன்மாதிரியை நாம் எளிமைப்படுத்தி இங்குக் கொடுத்துள்ளோம். அமைப்பு மொழியியலுக்குள் பல்வேறு அறிஞர்களும் பல வகையான முன்மாதிரிகளை முன்வைத்தார்கள். முக்கியமாகக் குறிப்பிடப்படவேண்டியது கென்னத் பைக்கால் முன்வைக்கப்பட்ட வகையுறவுக் கோட்பாடு (Tagmemic Theory) ஆகும். அந்தக் கோட்பாடும் உலகில் உள்ள பல மொழிகளின் தொடரியலை விவரிக்கப் பயன்படுத்தப்பட்டது. சிட்னி எம். லேம்ப் அடுக்குநிலை இலக்கணக் கோட்பாடு (Stratificational Grammar) என்ற முன்மாதிரியை முன்மொழிந்தார். அதுவும் இயற்கை மொழிகளின் தொடரியலை விவரிக்கப் பயன் படுத்தப்பட்டது.

இருப்பினும் அவை எதிர்பார்த்த செல்வாக்கை மொழியியல் அறிஞர்களிடையே பெறவில்லை. நோம் சோம்ஸ்கி மொழியியலுக்கு அறிமுகப்படுத்தப்படும்போது இதுதான் மொழியியல் கோட்பாட்டின் நிலை.

குறிப்புகள்

1 *மொழியியல் என்ற அறிவியல் துறை வளர்வதற்கு முன்பு மரபு இலக்கணக்காரர்கள் சில செம்மொழிகளின் இலக்கணங்களை முன்மாதிரியாகக் கொண்டு தங்கள் மொழிகளுக்கு இலக்கணங் களை உருவாக்கினார்கள். அவ்வாறு உருவாக்கப்படும்போது தங்கள் மொழிகளின் தனித் தன்மைகளை விட்டுவிடுவதுடன் தங்கள் மொழிகளில் இல்லாத ஆனால் செம்மொழிகளில் காணப்படும் இலக்கண வகைகளை தங்கள் மொழிகளின் அமைப்பில் புகுத்தினர். இங்கு ஒரு மொழி விவரிக்கப்படும் போது இன்னொரு செம்மொழியின்*

செல்வாக்கு உள்ளே நுழைந்துவிடுகிறது. ஒவ்வொரு மொழியும் அததற்கென்ற அமைப்பைக் கொண்டுள்ளது. ஆகையால் மொழிகளின் வேறுபாட்டை கோட்பாட்டின் மூலம் கணிக்க முடியாது. ஆனால், இந்தக் கொள்கை பின்னால் கேள்விக்கு உள்ளாக்கப்பட்டது.

2 மொழி பற்றி ஆராயும் மொழியியல் முதலில் மொழியின் இயல்பு பற்றிச் சில கருத்துகளைக் கொண்டிருக்கும். இந்தக் கருத்துகள் அதன் பின்புலமான கோட்பாட்டை ஒட்டி அமையும். வரலாற்று மொழியியல் ஒரு முறையிலும் அமைப்பு மொழியியல் இன்னொரு முறையிலும் மாற்றிலக்கண மொழியியல் வேறொரு முறையிலும் மொழியின் இயல்பை வரையறுக்கும். மேலும் அணுகுமுறைகளும் அவை எதிர்நோக்கும் பிரச்சினைகளும் மாறுபடும். மொழி என்ற உலகை ஒவ்வொரு கோட்பாடும் ஒவ்வொரு முறையில் நோக்கும். ஒவ்வொரு ஆய்வுத் துறையின் வரலாற்றுப் போக்கும் சில நேரங்களில் இத்தகைய கண்ணோட்ட மாற்றங்களைக் கொண்டு இருக்கும். அந்தத் துறையின் வரலாற்றில் நிகழ்ந்த புரட்சிகள் இம்மாற்றங்கள் ஆகும் (Rangan 2001).

3 ஐரோப்பாவில் உருவாகிய பெரும்பாலான மரபு இலக்கணங்கள் கிரேக்க மொழிக்கும் இலத்தீன் மொழிக்கும் எழுதப்பட்ட இலக்கணங்களை முன்மாதிரியாகக் கொண்டு எழுதப்பட்டன. இதனால் அம்மொழிகளின் தனித்துவ அமைப்புகள் வெளிக் கொணரப்படவில்லை. இதற்கு எதிர்ப்பாக அமைப்பு மொழியியல் கோட்பாடு ஒவ்வொரு மொழியையும் அததற்குரிய அமைப்பை விவரிக்கும் முறையில் இலக்கணங்கள் அமைய வேண்டும் என்பதை வற்புறுத்தியது. மேலும் மொழிகளின் அமைப்பு வேறுபாட்டை முன்கூட்டியே அறிவது கடினம். ஆகையால் ஒவ்வொன்றையும் தனித் தனியே அததற்குரிய இலக்கண வகைப்பாடுகளைக் கண்டு பிடித்து அவற்றின் அமைப்பை விவரிக்க வேண்டும். இந்தக் கருப் பொருள் மீண்டும் வருவதை மாற்றிலக்கண வளர்ச்சியில் நாம் காணலாம்.

4. ‘தொடரியல் என்பது சொற்களின் திரிபு மற்றும் ஆக்கம் ஆகிய இலக்கண நிகழ்வுகளின் மூலம் பெரிய கட்டமைப்புகளை உருவாக்குவ தோடு அவை அவற்றில் அமைந்துள்ள முறைமையைப் பற்றிய கொள்கைகளையும் வரையறுப்பது’ (Gleason 1968:128);

‘ஒரு மொழியின் இலக்கண வாக்கியங்களையும் அவற்றின் அமைப்பு களையும் கொள்கைகள் அல்லது விதிகள் மூலம் குறிப்பது தொடரியல்’ (Langacker' 1967/1968: 86).

2

மொழியியலில் சோம்ஸ்கியின் தாக்கம்

நாம் முந்தைய அத்தியாயத்தில் சோம்ஸ்கி மொழியியலில் மாணவராகச் சேரும்போது மொழியியலின் நிலைமை, அதன் நிலைமை எவ்வாறு இருந்தது என்பதை விவரித்தோம். தொடரியல் ஆராய்ச்சி என்பது மொழியியல் கோட்பாட்டின் மையமாக இருந்தது.

மொழியியல் கோட்பாடு, ஒலியனியலையும் உருபனியலையும் ஓரளவு நிறைவாக விவரித்துவிட்டது போன்ற உணர்வு அந்தக் காலகட்டத்தில் மொழியியலாரிடையே இருந்தது. அமைப்பு மொழியியல் கோட்பாட்டிற்குள் அந்த இரு பகுதிகளையும் விவரித்ததால், தொடரியலையும் அந்தக் கோட்பாட்டின் வரையறுக்குள் விவரித்துவிடலாம் என்ற உணர்வு மொழி ஆய்வாளர்களிடையே மேலோங்கி இருந்தது. முந்தைய அத்தியாயத்தின் கடைசி பகுதி இதனைச் சற்று விரிவாக விவரித்தது. ஹேரிஸின் முயற்சி மற்றவர் களின் முயற்சியைவிடக் கூடுதலான எதிர்பார்ப்பை உண்டாக்கியது. அவருடைய சோதனை முயற்சிகள் முன்னேற்றத்தை நோக்கிச் செல்வதாகவும் எதிர்பார்த்த பலன்களைத் தருவது போன்றும் உணரப்பட்டன. மேலும் அவர் மொழியியலை அறிவியலாக வளர்ப்பதிலும் மொழியின் அமைப்பைச் சிக்கனமாகவும் வடிவ நிலையில் தருகின்ற முறையிலும் கோட்பாடுகளை வளர்த்தெடுத்தார்.

சோம்ஸ்கியின் தந்தை ஹீப்ரு மொழியிலும் அதன் இலக்கியத்திலும் தேர்ச்சி பெற்ற ஒரு அறிஞர். அவர் வரலாற்று மொழியியலிலும் ஒப்பீட்டு மொழியியலிலும் ஈடுபாடுகொண்டவர். சோம்ஸ்கி தீவிரமாக அரசியலில் ஆர்வம் காட்டிக்கொண்டிருந்தார். மேலும் அவருக்குத் தம் மகன் தம்மோடு இல்லாமல் அமெரிக்காவை விட்டுச்

சென்றுவிடுவாரோ என்ற கவலையும் அவருக்கு இருந்தது. அந்த நிலையில் அவர் சோம்ஸ்கியை மொழியியல் படிக்கவைக்க ஹேரிஸிடம் அழைத்துச் சென்றார். அரசியலில் ஹேரிஸுக்கும் சோம்ஸ்கிக்கும் நிறைய கருத்து ஒற்றுமைகள் இருந்தன. ஹேரிஸ் அமெரிக்காவில் பென்சில்வேனியாப் பல்கலைக்கழகத்தின் மொழியியல் துறையில் பேராசிரியராகப் பணியாற்றிக் கொண்டிருந்தார்.

சோம்ஸ்கி 1945இல் மொழியியல், கணிதம் மற்றும் தர்க்கம் ஆகிய பாடங்களைத் தம் பட்டப் படிப்பிற்கு எடுத்துக்கொண்டார். தம் பட்டப் படிப்பிற்குத் தற்கால ஹீப்ருவின் உருபொலியனியல் (Morphophonemics of Modern Hebrew) என்ற ஆய்வேட்டை அளித்தார். தற்கால ஹீப்ருவின் உருபொலியனியல் என்ற ஆய்வேடுதான் முதல் ஆக்கமுறை இலக்கணம் (generative grammar) எனக் கருதத்தக்கது என்று சோம்ஸ்கி ஒரு பேட்டியில் குறிப்பிட்டுள்ளார் (Chomsky 1979: 111-112). அந்த ஆக்கமுறை இலக்கணம் பின்னர் முதுகலைப் பட்டத்திற்கு விரித்தெழுதிக் கொடுக்கப்பட்டது. மேலே குறிப்பிட்ட ஆய்வேடு ஒலியனியலை மையப்படுத்தினாலும் தொடரியலையும் தொட்டது. தம்முடைய முனைவர் பட்டத்திற்கு இடமாற்றுப் பகுப்பாய்வு (Transformational Analysis) என்ற பொருளில் ஆய்வை ஹேரிஸ் அவர்களின் மேற்பார்வையில் மேற்கொண்டார். அவ்வாய்வை நிகழ்த்திக்கொண்டிருக்கும்போது ஹார்வேர்டு பல்கலைக்கழகத்திற்கு இளநிலை ஆய்வாளராகச் சென்றார். அந்தக் காலகட்டத்தில் மொழியியல் கோட்பாட்டின் தர்க்க அமைப்பு (The Logical Structure of Linguistic Theory) என்ற பொருளில் மிக நீண்ட தொரு ஆய்வேட்டை அந்தப் பல்கலைக்கழகத்திற்கு வழங்கினார். அவ்வாய்வு ஏட்டிலிருந்த சில இயல்களை அளித்து அவர் முனைவர் பட்டம் பெற்றார்.

பிறகு அவர் எம்ஐடி (Massachusetts Institute of Technology) என்ற நிறுவனத்தில் ஆசிரியராகப் பணியில் சேர்ந்தார். அப்போது அவர் மொழியியல் வகுப்புகளை எடுக்கும்போது தாம் தயாரித்த பாடக் குறிப்புகளைக் கொண்டு தொடரியல் அமைப்புகள் (Syntactic Structures) என்னும் தலைப்பில் சிறிய நூல் ஒன்றை எழுதி வெளியிட்டார். இயற்கை மொழிகளின் தொடரியலை விவரிக்க முன்வைக்கப்பட்ட ஒரு முன்மாதிரி என்றே அதுவும் முதலில் கருதப்பட்டது. இந்த முன்மாதிரியில் குறிப்பிடப்பட்ட மொழியியல் கோட்பாடு இயற்கை மொழிகளை விவரிக்கப் பயன்படுமா?

என்ற கேள்வி அப்போது எழுப்பப்பட்டது. சோம்ஸ்கியின் தொடரியல் அமைப்புகள் என்ற நூலில் முன்வைக்கப்பட்ட கோட்பாடும் முன்மாதிரியும் இயற்கை மொழிகளை விவரிக்க எந்த அளவிற்குப் பயன்படும் என்பதில் பெரும்பாலான மொழியியலாருக்கு ஐயம் இருந்தது. ராபர்ட் லீஸ் சோம்ஸ்கியின் தொடரியல் அமைப்புகள் என்னும் நூலுக்கு நீண்டதொரு திறனாய்வுக் கட்டுரை ஒன்றை எழுதி, அதை லாங்வேஜ் என்னும் மொழியியல் இதழில் வெளியிட்டார். அந்தக் கட்டுரை, சோம்ஸ்கியின் கோட்பாடான ஆக்கமுறை இலக்கணம் எவ்வாறு அமைப்பு மொழியியல் கோட்பாட்டைவிடச் சிறந்தது என்பதையும் இயற்கை மொழிகளை அது எப்படி வெற்றிகரமாக விவரிக்கிறது என்பதையும் தெளிவுற எடுத்துக்காட்டியது. அந்தக் கோட்பாடு, மொழியின் தொடரியல் அமைப்பை மட்டும் விவரிக்கவில்லை; மொழியை முற்றிலும் மாறுபட்ட கோணத்தில் நம்மைப் பார்க்கவைத்தது. நாம் இதனைப் பின்னர் விரிவாகப் பார்ப்போம். லீஸின் திறனாய்வுக்குப் பிறகு சோம்ஸ்கியின் ஆக்கமுறை மாற்றிலக்கணம் மற்றைய மொழியியலாராலும் வரவேற்கப்பட்டது.

லீஸ், ஆங்கிலத்தில் எவ்வாறு பெயராக்கம் (nominalization) அமைந்துள்ளது என்பதை விவரிக்க, சோம்ஸ்கியின் மாற்றிலக்கணக் கோட்பாட்டைப் பயன்படுத்தித் தம்முடைய முனைவர்பட்ட ஆய்வை நிறைவு செய்தார். பின்னர், இந்த ஆய்வு ஆங்கிலப் பெயராக்கத்தின் இலக்கணம் (The Grammar of English Nominalization) என்ற நூலாக வெளிவந்தது. மாற்றிலக்கணக் கோட்பாட்டை எவ்வாறு இயற்கை மொழியின் தொடரியலை விவரிக்கப் பயன்படுத்தலாம் என்பதை அந்நூல் தெளிவுறச் சுட்டிக்காட்டியது. அதேபோல் மோரிஸ் ஹாலே எவ்வாறு மாற்றிலக்கணக் கோட்பாட்டை இயற்கை மொழியின் ஒலியனியலை விவரிக்கப் பயன்படுத்தலாம் என்பதை விவரித்து நூலொன்றை எழுதினார். ஆகையால், மாற்றிலக்கணக் கோட்பாடு, இயற்கை மொழிகளை விவரிக்கப் பயன்படக்கூடிய ஒன்று என்பதை மாற்றிலக்கணக்காரர்கள் ஐயத்திற்கு இடமின்றி வாதிட்டு நிறுவினார்கள். நாம், இதுவரை சோம்ஸ்கியின் கோட்பாடு எவ்வாறு மொழியியலில் இடம்பெற்றது என்பதை விவரித்தோம்.

முதலில் அமைப்பு மொழியியலின் கோட்பாட்டில் உருவான இலக்கணத்தின் தன்மையை விளக்குவோம். இலக்கணம் என்பது

தனிமங்களின் கூட்டுறவால் உருவானது. நாம் முன்பே குறிப்பிட்டதைப் போல மொழியின் அமைப்பு என்பது பல்வேறு நிலைகளைக் கொண்டது. ஒவ்வொரு நிலைக்கும் தனித்தனியான தனிமங்கள் உள்ளன. இலக்கணம் என்பது பொதுவாகத் தனிமங் களைக் கண்டுபிடிப்பதும் அவற்றை வகைப்படுத்துவதும் அவற்றின் வருகைமுறையையும் அவற்றிற்கு இடையிலான சேர்க்கை முறையையும் விவரிப்பது ஆகும். இங்குத் தனிமங்கள் முக்கிய பங்கு வகிக்கின்றன. தனிமங்களை மையப்படுத்தி அவைகளுக்கு இடையிலான உறவை விவரிப்பது முக்கியமானதாகும். அந்தப் பின்புலத்திலேயே ஒரு மொழியின் ஒலியனியலும் உருபனியலும் தொடரியலும் விவரிக்கப்பட்டன. அண்மை உறுப்புப் பகுப்பாய்வு அமைப்பு மொழியியலின் உச்சக் கட்டம். நாம் முன்பே குறிப்பிட்டது போல ஹேரிஸ் இந்த முன் மாதிரியால் நிறைவு பெறாததால் இலக்கணம் சில மாற்று விதிகளை உட்கொண்டிருக்க வேண்டியுள்ளது என்று வாதாடினார். ஹேரிஸின் மாணவராகச் சோம்ஸ்கி மொழியியல் உலகிற்கு அறிமுகமாகிறார். அவருடைய தந்தை வரலாற்று மொழியிய லிலும் ஒப்பீட்டு மொழியியலிலும் ஆர்வம் உடையவராதலால் அவருடைய தாக்கம் சோம்ஸ்கியின் மீது இருந்ததில் எவ்வித வியப்பும் இல்லை.

சோம்ஸ்கி தம்முடைய இளங்கலைக்கு அளித்த ஆய்வேடான நவீன ஹீப்ருவின் உருபொலியனியல் என்பதில் சுருக்கமாகத் தொடரியலும் ஆராயப்பட்டுள்ளது. இருப்பினும் ஆக்கமுறை இலக்கணம் மொழியியலாரால் கவனிக்கப் படத் தொடங்கியது அவருடைய தொடரியல் அமைப்புகள் என்ற நூல் வெளிவந்த பிறகு தான். இலக்கணம் என்பது ஒரு விதிகளின் ஒழுங்கமைவு (Grammar is a system of rules) என்ற கருத்து முன்வைக்கப்பட்டது. இலக்கணம் என்பது தனிமங்களின் தெரிவடைவு (an inventory of elements) என்ற கண்ணோட்டத்திலிருந்து அது விதிகளின் ஒழுங்கமைவு என்ற கண்ணோட்டத்திற்குச் சோம்ஸ்கியின் மாற்றிலக்கணம் மாற்றியது. விதிகள், தனிமங்களைத் தோற்றுவித்து அவை ஒரு மொழியில் அமைந்துகிடக்கின்ற முறையையும் விவரிக்கின்றன. இங்கு விதிகள் முக்கியப் பங்காற்றுகின்றன. விதிகள் மூலம் ஒரு மொழியின் அமைப்பு விவரிக்கப்படுகிறது.

சோம்ஸ்கி முதலில் அண்மை உறுப்புப் பகுப்பாய்வு எவ்வாறு ஒரு மொழியின் தொடரியல் அமைப்பை விவரிப்பதில் தோல்வியுறுகிறது

என்பதை உரிய சான்றுகளுடன் விளக்கினார். மேலும், மொழியின் இயல்பைப் புரிதலிலும் முக்கியமான வேறுபாட்டை அவர் கொண்டு வந்தார். மொழி என்பது எண்ணிலடங்கா வாக்கியங்களைத் தன்னகத்தே கொண்டது (Language has infinite number of sentences). அண்மை உறுப்புப் பகுப்பாய்வு ஒவ்வொரு வாக்கியத்தையும் தனித்தனியே எடுத்து விவரிக்கிறது. ஆகையால் அந்த முன்மாதிரியைக் கொண்டு ஒரு மொழியின் அனைத்து வாக்கியங்களையும் விவரிப்பது சிக்கனமானதும் அல்ல. சிக்கனம் என்ற கருத்து அறிவியலில் ஒரு முக்கியமான இடத்தை வகிக்கிறது. அண்மை உறுப்புப் பகுப்பாய்வு ஒரு நிறைவான இலக்கணம் (adequate grammar) அல்ல என்ற கருத்தும் சோம்ஸ்கியால் வலிமையாக முன் வைக்கப்பட்டது. அதைச் சில சான்றுகளுடன் நாம் பின்பு விளக்குவோம்.

மொழி படைப்பாற்றல் (creative power) கொண்டது. புதிய புதிய வாக்கியங்களை ஒரு மொழியைப் பேசுவோரால் படைக்க இயலும். அதேபோல், அந்த மொழியில் புதிய புதிய வாக்கியங்களைக் கேட்கும்போது கேட்போராலும் அவற்றைப் புரிந்துகொள்ளவும் முடியும். இது மொழியின் முக்கிய அம்சமாகும். இந்தப் படைப்பாற்றல்தான் மொழியின் உயிர்நாடி. இந்த அம்சம்தான் மொழியை விலங்குகளின் கருத்துப் பரிமாற்றக் கருவிகளிலிருந்து பிரிக்கிறது. மொழி மனிதனை மற்றைய விலங்குகளிலிருந்து பிரித்துக்காட்டும் முக்கிய அடையாளம். விலங்குகளின் மொழியும் மனிதனின் மொழியும் குணாம்ச நிலையிலேயே (qualitative level) வேறுபடுகின்றன. மொழியின் இன்னொரு முக்கிய கூறையும் நாம் இங்குக் குறிப்பிட வேண்டும். மொழியில் எந்தவொரு வாக்கியத்தையும் இதுதான் அந்த மொழியில் மிக நீண்ட வாக்கியம்; இதைவிட வேறு எந்த நீண்ட வாக்கியமும் கிடையாது என்று நாம் அறுதியிட்டுக் கூற முடியாது.

நாம் அன்றாடம் பயன்படுத்தும் வாக்கியங்கள் சிக்கலற்ற எளிமையான வாக்கியங்களாக இருந்தாலும் நாம் விரும்பினால் அவற்றைச் சிக்கலான நீண்ட வாக்கியங்களாக உருவாக்க இயலும். நம்மால் ஒரு நூலைகூட ஒரே வாக்கியத்தில் எழுத முடியும். அப்படியென்றால் மொழியின் ஏதோ ஒரு ஆற்றல் நீண்ட வாக்கியங்களைப் படைக்கின்ற தன்மையைக் கொண்டிருக்கிறது. மொழியின் இலக்கணம் இந்தக் குறிக்கோளை நிறைவேற்றுவதில்

தவறிவிடுகிறது. இத்தகைய மொழியின் அம்சங்களை மொழியியல் கோட்பாடு கவனத்தில்கொள்ள வேண்டியிருக்கிறது.

அண்மை உறுப்புப் பகுப்பாய்வின் கூறுகளை உள்ளடக்கி முற்றிலும் புதிய இலக்கண முன்மாதிரியைப் படைக்க வேண்டும் என்பதைச் சோம்ஸ்கி வலியுறுத்தினார். விதிகள் இலக்கணத்தில் முக்கிய பங்கு வகிப்பதால் அண்மை உறுப்புப் பகுப்பாய்வின் செய்திகள், தொடரமைப்பு விதிகள் (phrase structure rules) மூலம் பெறப்படும் விதத்தில் இலக்கணம் வடிவமைக்கப்பட்டது. மாற்றி லக்கணத்தின் ஒரு பகுதி தொடரமைப்பு விதிகளை உள்ளடக்கியது. இன்னொரு பகுதி மாற்று விதிகளை (transformational rules) உட்கொண்டது. மூன்றாம் பகுதி உருபொலியனியல் விதிகளைக் கொண்டது. 1957 வாக்கில் உருவாக்கப்பட்ட இலக்கணம் மூன்று பகுதிகளைக் கொண்டது: 1. தொடரமைப்பு விதிகள்; 2. மாற்று விதிகள்; 3. உருபொலியனியல் விதிகள். சோம்ஸ்கி, தொடரியல் அமைப்புகள் என்ற நூலில் இலக்கணம் ஏன் மாற்றிலக்கண விதிகளைக் கொண்டிருக்க வேண்டும் என்பதை நிறுவுவதற்குரிய சான்றுகளை நிறைய அளித்துள்ளார். அவற்றில் சிலவற்றை நாம் இங்குக் குறிப்பிட வேண்டும். நாம் முன்பே குறிப்பிட்டதுபோல, அண்மை உறுப்புப் பகுப்பாய்வு, மொழியின் முக்கிய அம்சங்களான படைப்பாற்றலையும் நீண்ட வாக்கியங்களை உருவாக்குகின்ற திறனையும் கணக்கில் எடுத்துக்கொள்ளவில்லை. மேலும், மொழியில் பல்வேறு வாக்கிய வகைகளுக்கு இடையிலான உறவையும் விவரிப்பதில் அது தவறிவிட்டது. இத்தகைய மொழியின் முக்கிய குணாம்சங்களை மொழியியல் கோட்பாடு கவனத்தில் கொண்டு இலக்கணத்தை உருவாக்க வேண்டும். இலக்கணம் தனிமங்களின் தெரிவடைவு என்பதிலிருந்து அது ஒரு விதிகளின் ஒழுங்கமைவு என்ற கண்ணோட்டத்தில் பார்க்கப்பட்டது. ஒரு சிறுவாக்கியத்தை எடுத்துக்கொண்டு மாற்றிலக்கணத்தின் செயல்பாட்டை விவரிப்போம்.

1. இராமன் கண்ணனுக்கு ஒரு புத்தகம் கொடுத்தான்
2. அமெரிக்கா இராக்கைத் தாக்கியது

வாக்கியம் (2)-ஐ எடுத்துக்கொண்டு மாற்றிலக்கணத்தின் செயல் பாட்டை அறிய முயற்சிசெய்வோம். முதலில் தொடரமைப்பு விதிகள் அடிப்படை அல்லது வித்து வாக்கியங்களைத் தோற்றுவிக்கின்றன. இதனைப் பின்வருமாறு காட்டலாம்.

அ. S --------> NP + VP

ஆ. *VP --------> (PP) + (PP) +V*

இ. *PP --------> NP + cm*

ஈ. *NP --------> (Det) + (Adj) + N*

உ. *N --------> இராமன், கண்ணன், புத்தகம், ...*

ஊ. V --------> *கொடு, தாக்கு, ...*

எ. Det --------> *ஒரு, அந்த, இந்த, சில, பல, ...*

ஏ. Adj --------> *நல்ல, கெட்ட, அழகிய, உயரமான, ...*

ஐ. cm --------> *ஐ, ஆல், ஒடு, கு, இன், இல், அது, உடைய, ...*

விதிகள் இங்கு விரிவாகக் கொடுக்கப்படவில்லை. இவ்விதிகளைக் கொண்டு வாக்கியங்கள் (2)உம் (3)உம் தோற்றுவிக்கப்படுகின்றன. மேலே கொடுக்கப்பட்ட விதிகளை இருவகைகளாகப் பிரிக்கலாம். முதல் வகையான விதிகள் (அ-ஈ) குறியீடுகளைத் தோற்றுவிக்கின்றன. இரண்டாவது வகையான விதிகள் (உ-ஐ) சொற்களையும் ஒட்டு களையும் தோற்றுவிக்கின்றன. இவ்விதிகள், தமிழில் அடிப்படை வாக்கியங்களைத் தோற்றுவிக்கின்றன. இவ்வாக்கியங்களிலிருந்து வினா, எதிர்மறை, ஏவல் போன்ற பிறவகை வாக்கியங்களை நாம் மாற்றுவிதிகள்மூலம் வருவிக்கலாம். இத்தகைய விதிகள், வாக்கியங் களுக்கு இடையிலான உறவை விவரிக்கின்றன. அண்மை உறுப்புப் பகுப்பாய்வு, இவ்வாறு வாக்கியங்களுக்கு இடையிலான உறவை விவரிக்க இயலவில்லை. மாற்றிலக்கணம் மாற்றுவிதிகளின் மூலம் இவ்வுறவை விவரிக்கிறது. இது ஒரு முக்கியமான வேறுபாடு மாத்திரமன்றி மொழிகளை விவரிப்பதில் இது ஒரு குறிப்பிடத்தக்க முன்னேற்றமும் ஆகும். சான்றாக, அமெரிக்கா இராக்கைத் தாக்கியது என்ற வாக்கியத்தைப் பின்வருமாறு மாற்று விதிகள் மற்றைய வாக்கிய வகைகளாக மாற்றுகின்றன.

NP + PP + V ⇨ NP + PP + V- ஆ

எனும் விதி

3. அமெரிக்கா இராக்கைத் தாக்கியதா?

என்ற வினா வாக்கியத்தை வருவிக்கிறது. அதேபோல், எதிர்மறை வாக்கியமும் வருவிக்கப்படுகிறது.

NP + PP + V ⇨ NP + PP + V - இல்லை

எனும் விதி

4. அமெரிக்கா இராக்கைத் தாக்கவில்லை

என்ற எதிர்மறை வாக்கியத்தையும் வருவிக்கிறது. மாற்று விதிகள் மூலம் உடன்பாட்டு வாக்கியத்திலிருந்து மற்றைய வாக்கிய வகைகளை வருவிக்க முடிகிறது. ஆகையால், இலக்கணம் தொடரமைப்பு விதிகளோடு மாற்று விதிகளையும் கொண்டிருக்க வேண்டும் என்ற கருத்தைச் சோம்ஸ்கி வலியுறுத்தினார். இங்கு இரு செய்திகளை நாம் குறிப்பிட்டாக வேண்டும். முதலாவதாக, இலக்கணம் என்பது விதிகளின் ஒழுங்கமைவு என்ற கருத்து. இரண்டாவது, இலக்கணம் தொடரமைப்பு விதிகளுடன் மாற்று விதிகளையும் கொண்டிருக்க வேண்டும் என்ற கருத்து.

மாற்று விதிகள், ஒரு வாக்கிய வகையை இன்னொரு வாக்கிய வகையாக மாற்றுவதோடு இரண்டு அல்லது இரண்டுக்கு மேற்பட்ட வாக்கியங்களை இணைக்கவும் செய்கின்றன.

5. புஷ் இராக்மீது படையெடுத்தார்
6. புஷ் சதாம் ஹுசேனைக் கொன்றார்

எனும் இவ்விரு வாக்கியங்களையும் இணைத்து,

7. புஷ் இராக்மீது படையெடுத்து சதாம் ஹுசேனைக் கொன்றார்

என்ற இணைப்பு வாக்கியத்தை மாற்று விதிகள் மூலம் வருவிக்க முடிந்தது. இந்த மாற்று விதிகள் மொழியின் படைப்பாற்றலை கணக்கில் எடுத்துக்கொள்கின்றன. நீண்ட வாக்கியங்களையும் இந்த மாற்று விதிகள் மூலம் வருவித்துக்கொள்ள முடியும். மாற்றிலக்கணம், மொழியின் படைப்பாற்றலையும் நீண்ட வாக்கியங்களை உருவாக்குகின்ற முறையையும் கணக்கில் எடுத்துக்கொள்கிறது. ஆகையால், மாற்றிலக்கணம் அண்மை உறுப்புப் பகுப்பாய்வு முன்மாதிரியை விடச் சிறந்தது என்று சோம்ஸ்கி வாதாடினார். இதுவரை, மாற்றிலக்கணம், மற்றைய முன்மாதிரிகளை விட எவ்வாறு சிறப்பாக மொழியை விவரிக்கிறது என்பதைப் பார்த்தோம்.

சோம்ஸ்கியின் பங்களிப்பு மொழிகளை விவரிப்பதற்கு ஒரு சிறந்த முன்மாதிரியை அளித்தது மட்டும் அல்ல; மொழியியல் கோட்பாட்டின் தன்மையையே கேள்விக்கும் உள்ளாக்கியது. அமைப்பு மொழியியல் கோட்பாடு, மொழியின் பல்வேறு நிலைகளில் உள்ள தனிமங்களைக் காணும் வழிமுறைகளை (discovery procedures) வகுப்பதில் மிகுந்த கவனம் செலுத்தியது. காணும் வழிமுறைகளின் கூறுகள்தான் வேற்றுநிலைக் கொள்கையும் இணைநிலைக் கொள்கையும். அவை

தனிமங்களைக் கண்டுபிடிப்பதில் பெரும் பங்காற்றுகின்றன. ஒலியன்களும் உருபன்களும் இக்கொள்கைகளைப் பயன்படுத்திதான் கண்டுபிடிக்கப்படுகின்றன. இத்தனிமங்கள் எவ்வாறு இலக்கணத்தைக் கட்டமைக்கின்றன என்பது இங்கு முக்கியமானது. இந்தச் செயல்பாடுகள் மிகக் கடுமையானவை என்று சோம்ஸ்கி வாதிட்டார். இயற்கை அறிவியல்களில்கூட இத்தகைய எதிர்பார்ப்புகள் இல்லை என்று அவர் கூறுகிறார்.

ஒரு மொழியியல் கோட்பாட்டிடமிருந்து நாம் எதிர்பார்க்கக் கூடியது எவ்வாறு ஒரு குறிப்பிட்ட இலக்கணத்தை முறையாகத தேர்ந்தெடுப்பது என்பதுதான்? பொதுவான தரவுகளிலிருந்து இரண்டு அல்லது இரண்டுக்கு மேற்பட்ட இலக்கணங்கள் படைக்கப் படும்போது எவ்வாறு ஒரு குறிப்பிட்ட இலக்கணத்தைச் சரியான இலக்கணம் என்று தேர்ந்தெடுப்பது? இவ்வாறு தேர்ந்தெடுப்பதற்குரிய வழிமுறைகள் எவை? சில குறிப்பிட்ட சான்றுகள் மூலம் விளக்குவோம். தமிழில் 10 உயிரொலியன்கள் உள்ளன என்று ஒரு இலக்கணம் (G_1) கூறுவதாக வைத்துக்கொள்வோம். இன்னொரு இலக்கணம் (G_2) இப்பத்து உயிரொலியன்களுக்குப் பதிலாக 6 ஒலியன்கள் அதாவது ஐந்து உயிரொலியன்கள் மற்றும் ஒரு நெடில் ஒலியன் உள்ளதாகக் கூறும். இவ்விரு இலக்கணங்களுள் எந்த இலக்கணத்தைச் சரியானதாகத் தேர்ந்தெடுப்பது? சிக்கனக் கொள்கை (principle of economy) அடிப்படையில் இரண்டாவது இலக்கணம் சரியானதாகத் தேர்ந்தெடுக்கப்படும்.

இன்னொரு சான்றைக் கொண்டும் இந்தக் கருத்தை நாம் விளக்குவோம். கீழே கொடுக்கப்பட்டுள்ள விதிகளைக் காண்போம்.

அ. ம் --------> ங் / --- க்

ஆ. ம் --------> ஞ் / --- ச்

இ. ம் --------> ந் / --- த்

இந்த விதிகள் கீழே கொடுக்கப்பட்டுள்ள சான்றுகளைக் கணக்கில் எடுத்துக்கொள்கின்றன.

8. மாம் + காய் --------> மாங்காய்

9. மாம் + செடி --------> மாஞ்செடி

10. மாம் + தளிர் --------> மாந்தளிர்

மூன்று விதிகள் இங்குக் கொடுக்கப்பட்டுள்ளன. சில குறியீடுகளைப்

பயன்படுத்துவதன் மூலம் ஒரே விதியாக அவற்றை மாற்றலாம். இவ்விதிகளை,

$$ஈ. ம் \longrightarrow \begin{bmatrix} ங் \\ ஞ் \\ ந் \end{bmatrix} / \underline{\quad} + \begin{bmatrix} க் \\ ச் \\ த் \end{bmatrix}$$

இவ்வாறு காட்டலாம். மூன்று விதிகள் ஒரே விதியாகச் சுருக்கப் பட்டுள்ளன. மொழியியல் கோட்பாடு இரண்டாவது இலக்கணத்தைத் தேர்ந்தெடுக்க வேண்டும். மூன்று விதிகளைக்கொண்ட இலக்கணத் திற்குப் பதிலாக ஒரே விதியைக் கொண்ட இலக்கணத்தை மொழியியல் கோட்பாடு தேர்ந்தெடுக்கிறது. இங்கும் சிக்கனக் கொள்கையே கடைபிடிக்கப்படுகிறது. ஆகையால், மொழியியல் கோட்பாடு காணும் நெறிமுறைகளைக் கண்டுபிடிப்பதில் கவனம் செலுத்துவதைவிட சரியான இலக்கணத்தைத் தேர்ந்தெடுக்கும் வழிமுறைகளைக் கண்டுபிடிப்பதில் கவனம் செலுத்த வேண்டும் என்று சோம்ஸ்கி வாதாடினார். அது மொழியியலில் ஒரு திருப்ப கட்டம். மொழியியல் கோட்பாடு, இலக்கணத்தைச் சீர்தூக்கும் மதிப்பீட்டு நெறிமுறைகளை (evaluation measures) வகுப்பதில் கவனம் செலுத்த ஆரம்பித்தது.

அத்தகைய குறிக்கோள் இன்னொரு முக்கிய திருப்பத்தை ஒலியனியலில் ஏற்படுத்தியது. ஒலியன் என்பது அடிப்படைத் தனிமமாகக் கருதப்பட்டது. ஆனால், அதை மேலும் பகுத்து ஒலியனியல் கூறுகளை (phonologically distinct features) அடிப்படைத் தனிமங்களாகக் கருதலாம் என்ற கருத்தும் முன்வைக்கப்பட்டது. அதன் அடிப்படையில் ஒலியன்கள் பகுக்கப்பட்டு எல்லா விதிகளும் அக்கூறுகளைக் கொண்டு உருவாக்கப்பட்டன. அத்தகைய பகுப்பு ரோமன் யக்கோப்ஸனால் முன்பே மேற்கொள்ளப் பட்டிருந்தது. அதைச் சோம்ஸ்கியும் மோரிஸ் ஹாலேயும் மாற்றிலக்கணத்திற்குள் உள்ளடக்கி ஆக்கமுறை ஒலியனியல் (generative phonology) என்ற பகுதியை உருவாக்கினர்.[1] ஒலியனியல் விதிகள் அனைத்தும் ஒலியனியல் கூறுகளைக்கொண்டே வடிவமைக்கப் பட்டன.

அந்தக் காலகட்டத்தில் பொருண்மையியல் (semantics) மொழியியல் ஆய்வின் பகுதியாகக் கருதப்படவில்லை. அவ்வணுகுமுறை அமைப்பு மொழியியலின் எச்சம். புளூம்பீல்டு, நாம் உலகைப் பற்றிய

மொழியியலில் சோம்ஸ்கியின் தாக்கம் ✦ 37

முழுமையான அறிவை அறிவியல் வழியாகப் பெற்றால் ஒழிய பொருண்மையை ஆராய்வது கடினம் என்ற கருத்தை முன்வைத்தார் (Bloomfield 1933: 139).[2] அந்தக் கருத்து அமைப்பு மொழியியல் அறிஞர்களைப் பொருண்மையியல் ஆய்வை மேற்கொள்ளாமல் தடுத்தது. மொழியின் வடிவத்தை (form of language) முன்னிறுத்தியே மொழியின் அமைப்பு ஆராயப்பட்டது. அந்த மரபையே சோம்ஸ்கியும் ஆரம்ப காலகட்டத்தில் பின்பற்றினார். ஆகையால் தொடரியல் அமைப்புகள் என்ற நூலில் முன்வைக்கப்பட்ட இலக்கணம் மூன்று பகுதிகளை உட்கொண்டுள்ளது. நாம் அதை இவ்வாறு காட்டலாம்.

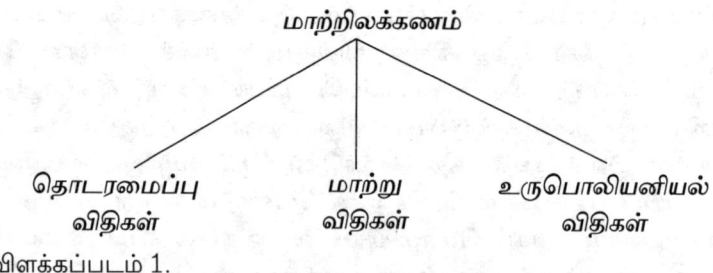

விளக்கப்படம் 1.

தொடரியல் அமைப்புகள் என்ற நூலில் குறிப்பிட்டுள்ள மாற்றிலக்கணக் கோட்பாடும் மாற்றிலக்கணமும் முன்பே விரிவாக எழுதப்பட்டுள்ள *மொழியியல் கோட்பாட்டின் தர்க்க அமைப்பு* என்ற ஆய்வேட்டின் சுருக்கமாகும். இவ்வாய்வேடு 1975ஆம் ஆண்டுதான் அச்சில் வெளிவந்தது.[3]

1963ஆம் ஆண்டு காட்ஸும் ஃபோடரும் இணைந்து *லாங்வேஜ்* என்னும் இதழில் 'பொருண்மைக் கோட்பாட்டின் அமைப்பு' (The Structure of a Semantic Theory) என்ற தலைப்பில் நீண்டதொரு கட்டுரையை வெளியிட்டார்கள். இலக்கணம், தொடரியலையும் ஒலியனியலையும் விவரித்தாலும் மொழியை முழுமையாக விவரிக்க வேண்டும் என்றால் பொருண்மை யையும் நாம் விவரிக்க வேண்டும் என்று அவர்கள் வாதிட்டார்கள். அதற்குப் பிறகு காட்ஸும் போஸ்டலும் இணைந்து *மொழி விவரிப்பின் ஒரு ஒருங்கிணைந்த கோட்பாடு* (*An Integrated Theory of Linguistic Description*) என்னும் நூலை 1964ஆம் ஆண்டு வெளியிட்டார்கள். 1965ஆம் ஆண்டு *தொடரியல் கோட்பாட்டின் கூறுகள்* (*Aspects of the Theory of Syntax*) என்னும் தலைப்பில் அதுவரை வெளிவந்த ஆய்வுகளை ஒருங்கிணைத்து நூலொன்றைச் சோம்ஸ்கி வெளியிட்டார். 1957ஆம்

ஆண்டிலிருந்து 1964 வரை நடந்த ஆய்வுகளை உள்ளடக்கி அந்த நூலை அவர் உருவாக்கினார். 1957இல் தொடரியல் அமைப்புகள் என்னும் நூலில் முன்வைக்கப்பட்ட முன்மாதிரியில் பல மாற்றங்களை உள்ளடக்கிப் புதிய முன்மாதிரி யைத் தொடரியல் கோட்பாட்டின் கூறுகள் என்ற நூலில் அவர் உருவாக்கினார்.

முன்பு இருவகையான மாற்று விதிகள் இலக்கணத்தில் இருந்தன. ஒன்று கட்டாய மாற்று விதிகள் (obligatory transformational rules); இன்னொரு வகை விருப்ப மாற்று விதிகள் (optional transformational rules). ஒவ்வொரு வாக்கிய வகையும் விருப்ப மாற்று விதிகள்மூலம் வித்து வாக்கியங்களிலிருந்து வருவிக்கப்பட்டது. அக்கருத்து மாற்றப்பட்டு எல்லா வகை வாக்கியங்களும் கட்டாய மாற்று விதிகள்மூலம் வருவிக்கப்பட்டன. தொடரமைப்பு விதிகள் ஒவ்வொரு வாக்கிய வகையையும் தோற்றுவிக்கும்போது அது அந்த வாக்கிய வகையைச் சார்ந்தது என்பதைத் தெரிவிக்கத் தனித்தனி உருபன்கள் தோற்றுவிக்கப்பட்டன. சான்றாக, வினா வாக்கியத்தைத் தோற்றுவிப்பதாக இருந்தால்,

Q + NP + PP + V

எனவும் எதிர்மறை வாக்கியத்தைத் தோற்றுவிப்பதாக இருந்தால்,

Neg + NP + PP + V

எனவும் அமையும். இவ்வாறு தோற்றுவிக்கப்பட்ட அமைப்பு களின்மீது மாற்று விதிகள் செயல்பட்டு வினா, எதிர்மறை ஆகிய வாக்கியங்களின் புற அமைப்பை உருவாக்கும். இதிலிருந்து ஒரு முக்கியமான கருத்து உருவாகிறது. ஒவ்வொரு வாக்கியத்திற்கும் இரு நிலைகள் உண்டு. அவை, அக அமைப்பும் (deep structure) புற அமைப்பும் (surface structure) ஆகும். தொடரமைப்பு விதிகள் வாக்கியத்தின் அக அமைப்பைத் தோற்றுவிக்கின்றன. அவ்வகை அமைப்பின்மீது மாற்று விதிகள் செயல்பட்டு வாக்கியத்தின் புற அமைப்பை வருவிக்கின்றன. ஒவ்வொரு வாக்கியத்திற்கும் அக அமைப்பும் புற அமைப்பும் உள்ளன. மாற்றிலக்கண வளர்ச்சியில் இது ஒரு முக்கியமான கட்டம்.

இன்னொரு முக்கிய வளர்ச்சியையும் நாம் இங்குக் குறிப்பிட வேண்டும். தொடரியல் அமைப்புகள் நூலில் இருவித மாற்று விதிகள் குறிப்பிடப்பட்டிருந்தன. ஒரு வகை தனி மாற்று விதிகள் (singulary transformational rules); மற்றொரு வகை பொது(மையான) மாற்று

விதிகள் (generalized transformational rules). இரண்டாவது வகை விதிகள் இரு வாக்கியங்களை இணைக்கவோ ஒரு வாக்கியத்தின் பகுதிக்குள் இன்னொரு வாக்கியத்தை உட்படுத்தவோ பயன்படுத்தப் பட்டன. அந்த முன்மாதிரியில் இருவகை விதிகள் தேவையாயிற்று. ஆனால், இந்த இரண்டு வகையான விதிகள் தேவையில்லை என்றும் வாக்கியங்களின் இணைப்பையும் வாக்கியத்திற்குள்ளான இணைப்பையும் தொடரமைப்பு விதிகளே நிறைவேற்றும் என்றும் கூறப்பட்டது. தொடரமைப்பு விதிகள் ஒரு வாக்கியத்தின் பகுதிக்குள் வாக்கியத்தின் தொடக்கக் குறியீடான S என்பதைத் தோற்றுவிக்கும். அங்கு வாக்கியத்தின் தொடக்கக் குறியீடான S என்பது மீண்டும் தோற்றுவிக்கப்படுகிறது. அது இலக்கணத்தின் மீளுமைப் பண்பு (recursive property) ஆகும். கீழே இப்பண்பைக் காட்டும் விதிகள் கொடுக்கப்படுகின்றன.

NP --------> NP S

VP --------> V S

இங்குக் கொடுக்கப்பட்டுள்ள விதிகளில் S என்ற குறியீடு இடையில் வருகிறது. வாக்கியங்களின் இணைப்பும் உள்ளிணைப்பும் இவ்விதிகளின்மூலம் நிறைவேற்றப்படுகின்றன. மொழியின் மிக நீண்ட வாக்கியங்கள் இவ்விதிகள்மூலம் உருவாக்கப்படுகின்றன. மொழியின் படைப்பாற்றலும் இதன்வழி கணக்கில் கொள்ளப் படுகிறது. இந்த மாற்றங்கள் முக்கியமானவை. மாற்று விதிகளின் செயல்பாடுகள் சில தொடரமைப்பு விதிகளின்மேல் சுமத்தப்பட்டன. அம்மாற்றங்களுக்குத் தொடரியல் அடிப்படையும் பொருண்மையியல் அடிப்படையும் காரணங்களாக உள்ளன. இலக்கணத்தின்மீது புறக்கட்டுப்பாடு (external constraint) ஒன்று விதிக்கப்பட்டது.

அதாவது இலக்கணம் அம்மொழியில் உள்ள அனைத்து விதமான இலக்கண வாக்கியங்களையும் தோற்றுவிக்க வேண்டும். அவ்வாறு வாக்கியங்களைத் தோற்றுவிக்கும்போது வழுவான வாக்கியம் எதையும் அது தோற்றுவிக்கக் கூடாது. அத்தகைய கட்டுப்பாடுகள் தொடரியல் அமைப்புகள் என்ற நூலிலேயே சோம்ஸ்கியால் முன்வைக்கப்பட்டன. அதில் எவ்வித மாற்றமும் கொண்டுவரப்பட வில்லை. 1965ஆம் ஆண்டுவாக்கில் உருவான மாற்றிலக்கணம் தரக் கோட்பாடு (standard theory) என்று எல்லோராலும் சுட்டப் பட்டது. அதை,

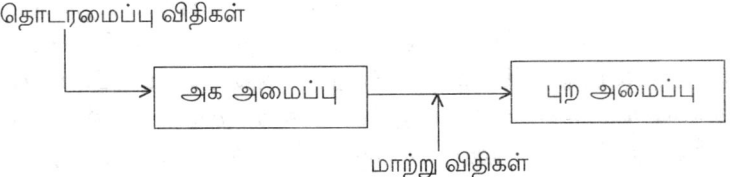

விளக்கப்படம் 2.

என இவ்வாறு காட்டலாம். தரக் கோட்பாட்டின் அடிப்படையில் உருவான மாற்றிலக்கணத்தின் தன்மையை மேலும் விவரிப்போம். நாம் முன்பே குறிப்பிட்டதைப் போல், மாற்றிலக்கணம் மூன்று பகுதிகளைக் கொண்டது என்பதும் ஒவ்வொரு பகுதியும் சில வகை விதிகளைக் கொண்டது என்பதும் ஏற்றுக்கொள்ளப்பட்டன. ஒவ்வொரு பகுதியும் என்னென்ன விதிகளைக் கொண்டுள்ளது என்பதும் அவ்விதிகளின் இயல்புகள் என்னென்ன என்பதும் அடுத்த கட்ட ஆய்வின் மையம் ஆயிற்று. தொடரியலைப் பொறுத்தவரை தொடரமைப்பு விதிகளுக்குரிய கட்டுப்பாடுகள் எவை, மாற்று விதிகளுக்குரிய கட்டுப்பாடுகள் எவை என்பதும் வரையறுக்கப்பட வேண்டிய தேவையாகத் தோன்றியது. அவை ஏற்கெனவே பேசப்பட்டும் உள்ளன.

தொடரமைப்பு விதிகள் இடது பக்கத்தில் உள்ள ஒரு குறியீட்டை இரண்டு அல்லது இரண்டுக்கு மேற்பட்ட குறியீடுகளாக விரிக்கின்றன. சான்றாக,

   S --------> NP VP

   VP --------> V NP

என்னும் இந்த விதிகளை எடுத்துக்கொள்வோம். இடது பக்கத்தில் S என்ற குறியீடும் VP என்ற குறியீடும் உள்ளன. ஆனால், வலது பக்கத்தில் NP VP என்ற குறியீடுகளும் V NP என்ற குறியீடுகளும் தோற்றுவிக்கப்பட்டுள்ளன. இது தொடரமைப்பு விதிகளின் செயல் பாட்டின்மீது சுமத்தப்பட்ட முதல் கட்டுப்பாடு. இரண்டாவது, ஒன்றுக்கு மேற்பட்ட குறியீடுகளை இடது பக்கத்தில் கொண்டு இவ்விதிகள் வலது பக்கத்தில் மாற்றங்களைச் செய்ய இயலாது. சான்றாக,

   NP VP --------> VP NP

   NP VP --------> Ø VP

என மேலே காட்டியுள்ள மாற்றங்களைத் தொடரமைப்பு விதிகளால்

நிகழ்த்த இயலாது. அவை குறியீடுகளை விரிக்கத்தான் செய்ய இயலும். ஆனால், மாற்று விதிகள் அத்தகைய மாற்றங்களைச் செய்யவும் இயலாது. மாற்று விதிகளுக்கு வேறு வகையான கட்டுப்பாடுகள் விதிக்கப்பட்டுள்ளன. நாம் இங்கு அவற்றையும் சுட்டுவோம். குறியீடுகளால் ஆன ஒரு கோர்வையில் (string) மாற்று விதிகள் பின்வரும் மாற்றங்களை ஏற்படுத்தலாம்.

1. குறியீடுகளை இடப் பெயர்வு (permutation) செய்யலாம்;
2. புதிய குறியீடுகளைப் புகுத்தலாம் (insertion);
3. ஒன்று அல்லது ஒன்றுக்கு மேற்பட்ட குறியீடுகளை நீக்கலாம் (deletion);
4. ஒரு குறியீட்டை நீக்கி அதற்குப் பதிலாக வேறொரு புதிய குறியீட்டைப் பதிலீடு செய்யலாம் (substitution).

இவை ஆரம்ப காலகட்டத்தில் மாற்று விதிகளின் மீது சுமத்தப்பட்ட கட்டுப்பாடுகள். பின்னர் இப்பகுதி மேலும் விரிவான ஆய்வுக்கு உட்படுத்தப்பட்டது. முக்கியமாக இங்குக் கவனிக்கப்பட வேண்டியவை இரண்டு: ஒன்று இலக்கண/ஒலியனியல்/ பொருண்மை வகைப் பாடுகள்; இரண்டு விதிகளின் தன்மை. இவ்விரண்டும் மாற்றிலக்கண ஆய்வில் முக்கிய பங்கு வகித்தன. அவற்றைச் சோம்ஸ்கி வகைப் பாட்டுப் பொதுமைகள் (substantive universals) என்றும் விதி/ வடிவப் பொதுமைகள் (formal universals) என்றும் பாகுபாடு செய்தார் (Chomsky 1965:27-30). அதற்குப் பிறகு மாற்றிலக்கண ஆய்வில் இவ்விரு தளங்களும் எல்லா ஆய்வாளர்களின் கவனத்தையும் ஈர்த்தன. பொருண்மையியல் மாற்றிலக்கணத்தின் பகுதியாக ஏற்கப்பட்டதும் அது மாற்றிலக்கணக் கோட்பாட்டில் பெரும் பாதிப்பை உண்டாக்கியது. நாம் மிகச் சுருக்கமாகப் பின்னர் அதை விவரிப்போம். தொடரியல் பகுதியின் முன்மாதிரியை நாம் இங்குக் காட்டுவோம் (கிளைப்படம் 3).

விளக்கப்படம் 3இல் காட்டப்பட்டுள்ள இலக்கண முன்மாதிரியில் தொடரமைப்பு இலக்கணத்தின் மையப் பகுதியாகும் (centrality of syntax). தொடரமைப்புப் பகுதியின் விதிகள் தோற்றுவிக்கும் அமைப்பின்மீது ஒரு பக்கம் பொருண்மை விதிகளும் மற்றொரு பக்கம் ஒலியனியல் விதிகளும் செயல்படுகின்றன. அவ்விரு பகுதிகளுக்கும் தொடரமைப்பு விதிகள் அளிக்கும் அமைப்பு உள்ளீடாக (input) அமைகிறது. தொடரமைப்பு விதிகளால் உருவான அக அமைப்பின் மீது பொருண்மை விதிகளும் மாற்று விதிகளால்

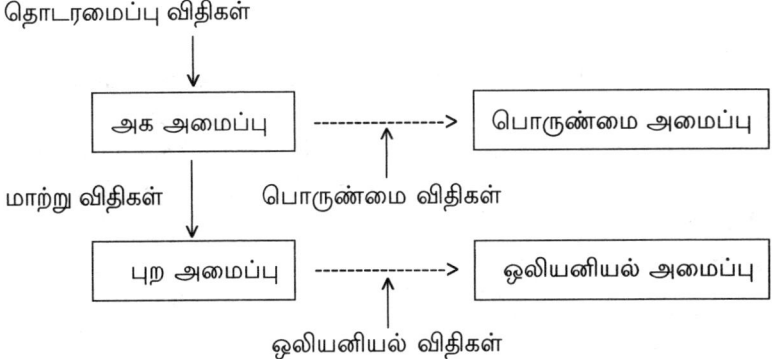

விளக்கப்படம் 3.

உருவான புற அமைப்பின்மீது ஒலியனியல் விதிகளும் செயல் படுகின்றன. சோம்ஸ்கியின் தொடரியல் கோட்பாட்டின் கூறுகள் என்ற நூலில் முன்வைக்கப்பட்ட மாற்றிலக்கணத்தின் அமைப்பும் தன்மையும் இவை.

மாற்றிலக்கண அணுகுமுறையில் பிரிவுகள்

சோம்ஸ்கி தம்முடைய தொடரியல் கோட்பாட்டின் கூறுகள் என்ற நூலில் இரு வகை மொழிப் பொதுமைகளைப் பற்றி (universals) பேசுகிறார். ஒன்று வகைப்பாட்டுப் பொதுமைகள்; மற்றொன்று வடிவப் பொதுமைகள்.

இலக்கணங்களின் அமைப்பில் இரு செய்திகள் முக்கியமானவை. தொடரியலைப் பொருத்தவரை அவை இலக்கண வகைகளும் (grammatical categories) அவற்றைக் கையாளும் விதிகளும் (rules). கோட்பாட்டில் இலக்கண வகை களையோ விதிகளின் எண்ணிக்கை களையோ குறைப்பது ஆய்வின் மையமாக அமைந்தது. சோம்ஸ்கியின் மாணவர்களில் சிலர் இலக்கண வகைகளைக் குறைப்பதில் ஆர்வம் காட்டினார்கள்.

சான்றாக, மொழியில் இரு வகை வினைகளைப் பிரித்திருந்தார்கள். அவை முதன்மை வினையும் (main verbs) துணைவினையும் (auxiliary verbs). துணைவினை என்ற பாகுபாட்டை எடுத்துவிட்டு முதன்மை வினை என்ற பகுப்புமட்டும் போதும் என்றும் அதேபோல் பெயரடை (adjective) என்ற இலக்கண வகையை வினைக்குள் அடக்கலாம் என்று ஆக்கமுறைப் பொருண்மையியலார் (generative semanticist) வாதிட்டார்கள். குறைத்தலியம் (reductionism) என்ற

போக்கை நாம் அங்குக் காண்கிறோம். அத்தகைய போக்கை விவரிக்கும் முகத்தான் சில சான்றுகளைத் தந்து இப்பகுதியை நிறைவு செய்வோம். தமிழில் கூடும், வேண்டும், முடியும் போன்ற வினைகள் துணைவினைகளாகக் கருதப்படுகின்றன. ஒரு வாக்கியத்தின் எழுவாயைக் குறிக்கும் இடம் (person), பால் (gender), எண் (number) ஆகியவற்றின் கூறுகள் வினையின் இறுதியிலும் வெளிப்படும்.

11. கண்ணன் வந்தான்
12. கண்ணகி வந்தாள்
13. ஆசிரியர் வந்தார்
14. மாணவர்கள் வந்தார்கள்
15. பறவை பறந்தது
16. பறவைகள் பறந்தன

மேலே கொடுக்கப்பட்டுள்ள சான்றுகளினுடைய வினைகளின் இறுதியில் -ஆன், -ஆள், -ஆர், ஆர்கள், -து, -அ ஆகிய விகுதிகள் வந்துள்ளன. இவ்வாக்கியங்களின் எழுவாய்களுக்கும் இந்த விகுதி களுக்கும் ஒருவித இயைபு (agreement) உள்ளது. இது தமிழ்மொழியின் பொதுவான இயல்பு. ஆனால், மேலே கூறிய துணைவினைகள் வரும்போது இத்தகைய இயைபை நாம் காண முடியவில்லை.

17. நீங்கள் நாளை கட்டாயம் அலுவலகத்திற்கு வர வேண்டும்
18. நான் நாளை அந்தக் கூட்டத்திற்குப் போக முடியாது
19. நீ ஆடக் கூடும்

இந்த வாக்கியங்களில் நாம் எழுவாய்க்கும் வினையின் விகுதிக்கும் எவ்வித இயைபையும் பார்க்க முடியவில்லை. இந்த வாக்கியங்களை மாற்று விதிகள்மூலம் வருவிக்கும்போது ஒட்டுமொத்த வினையெச்சத் தொடரே எழுவாயாகச் செயற்படுவதால் மேலே காட்டிய விகுதிகளை நாம் இங்குப் பார்க்க இயலவில்லை. இவற்றினுடைய அக அமைப்பு மிகச் சிக்கலானது. வாக்கியம் (19)இன் அக அமைப்பை விளக்கப் படம் 4இல் பார்க்கலாம்.

மாற்று விதிகள் செயற்படும்போது உட்படு வாக்கியம் (embedded sentence) எழுவாயாக உள்ளது. அப்போது உட்படு வாக்கியத்திற்கு -உம் என்ற விகுதியும் எதிர்மறை வாக்கியத்திற்கு -து என்ற விகுதியும் புற அமைப்பில் இணைக்கப்படுகின்றன. இத்தகைய சிக்கலான

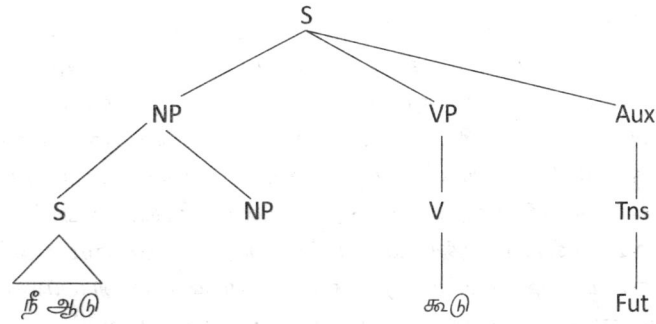

விளக்கப்படம் 4.

வாக்கிய அமைப்பு இருந்தால்தான் நாம் மேலே காட்டிய வாக்கியங்களில் வினையோடு காணப்படும் இடம், பால், எண் ஆகியவற்றை உணர்த்தும் விகுதிகளை விளக்க இயலும் (Rangan 1971). இந்த அணுகுமுறைமூலம் இலக்கணத்தில் காணப்படும் துணைவினை என்ற இலக்கண வகையை நீக்கிவிடலாம். ஜார்ஜ் லாக்கஃப் , ஜான் ராபர்ட் ராஸ், ஜேம்ஸ் மெக்காலே போன்றோர் பெயரடை, வினையடை போன்ற இலக்கண வகைகளைக் குறைத்தார்கள். கடைசியாக வாக்கியம், பெயர், வினை ஆகிய மூன்று இலக்கண வகைகள்மட்டும் போதுமானவை என்று அவர்கள் வாதாடினார்கள். மாற்றிலக்கண ஆய்வில் அவர்களுடைய அணுகுமுறை இலக்கண வகைகளைக் குறைக்கும் நடவடிக்கையாக அமைந்தது.

சோம்ஸ்கியின் ஆய்வு, விதிகளின் இயல்புகளையும் அவை செயற்படும் ஆற்றலைக் கட்டுப்படுத்தும் விதத்திலும் அமைந்திருந்தது. அவ்வணுகுமுறை அவர் குறிப்பிட்டிருந்த இரண்டாவது வகையான வடிவப் பொதுமைகளைப் பற்றியது. மாற்று விதிகள் எவ்விதக் கட்டுப்பாடுமின்றி இலக்கணத்தில் செயற்படுவதாக அவர் கருதினார். ஆகையால் எத்தகைய கட்டுப்பாடுகளை மாற்று விதிகள் பின்பற்றுகின்றன என்பதை ஆய்வின் மையமாக அவர் மேற்கொண்டார். மேலும் இங்கும் விதிகளின் வகைகளையும் எண்ணிக்கைகளையும் குறைக்கின்ற போக்கைக் காணலாம்.

அத்தகைய ஆய்வுகளின் போக்கு இரு பிரிவினரிடையும் பலத்த வாக்குவாதங்களையும் ஏற்படுத்தியது. ஆக்கமுறைப் பொருண்மையியலார் இலக்கண வகைகளைக் குறைத்ததுடன் இலக்கண முன்மாதிரியையும் மாற்றினார்கள். சோம்ஸ்கியின் முன்மாதிரியில்

காணப்படும் அக அமைப்பு என்ற கருத்து தொடரியலிலிருந்து முற்றிலும் நீக்கப்பட வேண்டும் என்றும் அந்த அக அமைப்பு பொருண்மையைச் சார்ந்தது என்றும் அவர்கள் வாதிட்டார்கள். பொருண்மை நிலையில் உள்ள அக அமைப்பிலிருந்து மாற்று விதிகள்மூலம் தொடரியலின் புற அமைப்பு வருவிக்கப்படுகிறது. பொருண்மையியல் பகுதியையும் தொடரியல் பகுதியையும் பிரிக்கின்ற அக அமைப்பு என்ற கருத்து நீக்கப்பட்டு அது பொருண்மையியலின் பகுதியாக ஆக்கமுறைப் பொருண்மையியலாரால் பார்க்கப்படுகிறது. அவர்களுடைய முன்மாதிரியைப் பின்வருமாறு காட்டலாம்.

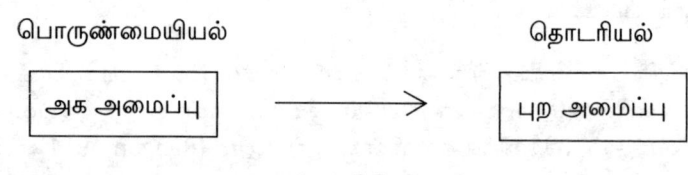

விளக்கப்படம் 5.

அந்த முன்மாதிரி சோம்ஸ்கியின் முன்மாதிரியோடு ஒப்பிடும்போது எளிமையானதாகவும் குறைந்த இலக்கண வகைகளைக்கொண்டதாகவும் உள்ளது என்று ஆக்கமுறைப் பொருண்மையியலார் வாதிட்டார்கள். சிக்கனக் கொள்கை என்ற அளவுகோலைக் கொண்டு அதைப் பார்த்தால் ஆக்கமுறைப்பொருண்மையியல் முன்மாதிரியே சிறந்தது என்ற முடிவுக்கு நாம் வர வேண்டும் என்றும் அவர்கள் வற்புறுத்தினார்கள். ஆக்கமுறைப் பொருண்மையியலின் முன்னோடிகளாகப் போஸ்டல், மெக்காலே, ராஸ், லாக்கஃப் போன்ற அறிஞர்கள் இருந்தனர். இந்தக் குழுவைப் பற்றி நாம் இங்கு அதிகம் பேசப் போவதில்லை.

சோம்ஸ்கியும் தரக் கோட்பாட்டின் அடிப்படையில் தாம் உருவாக்கிய முன்மாதிரியில் சில முக்கிய மாற்றங்களைக் கொண்டுவந்தார். அக அமைப்பு என்ற கருத்து சோம்ஸ்கியின் மாற்றிலக்கணத்தில் மையமானது. சோம்ஸ்கி எவ்வாறு மாற்று விதிகளைக் குறைக்க வாதாடினார் என்பதை நாம் முதலில் பார்ப்போம். நாம் இரண்டு செய்திகளைக் கவனத்தில் கொள்ள வேண்டும். ஒன்று அவர் விதிகளைக் குறைத்தது; இரண்டாவது விதிகளின் செயற்பாடுகளைக் கட்டுப்படுத்த அவர் மேற்கொண்ட முயற்சிகள். முதலில், விதிகள் எவ்வாறு குறைக்கப்பட்டன என்பதைப் பார்ப்போம்.

சில சான்றுகளைக் கொண்டு இதனை விளங்கிக்கொள்ள முயற்சி செய்வோம்.

20. இராமன்$_i$ தன்னைத் தானே$_i$ அடித்துக்கொண்டான்

21. தம்பி$_i$ தான்$_i$ பின்னிய வலையில் தானே$_i$ மாட்டிக்கொண்டான்

22. கமலா$_i$ தான்$_i$ விரும்பியனையே திருமணம் புரிந்துகொண்டாள்

இந்த வாக்கியங்களில் இராமன், தம்பி, கமலா போன்ற சொற்கள் உலகில் உள்ள ஆட்களைக் குறிக்கின்றன. இவ்வாக்கியங்களுக்குள் தன்னைத் தானே, தான் போன்ற முற்சுட்டுகளும் (anaphors) வந்துள்ளன. மாற்றுப்பெயர்களுக்கும் (pronouns) முற்சுட்டுகளுக்கும் பொருள்களைச் சுட்டுகின்ற இயல்பு இல்லை. அவை மற்ற இயற்பெயர்கள் சுட்டும் பொருள்களையே சுட்டுகின்றன. பொதுவாக, இயற்பெயர்கள் வாக்கியத்தின் முற்பகுதியில் வருவதால் அவற்றை முன்வரு கிளவிகள் (antecedents) என்று அழைப்போம். அவை வாக்கியத்தில் ஒரு பொருளையோ ஒருவரையோ சுட்டினாலும் அவற்றிற்கிடையே தொடரியற் கட்டுப்பாடுகள் (syntactic constraints) உள்ளன. அந்தக் கட்டுப்பாடுகள் சிலவற்றை நாம் இங்குக் குறிப்பிடுவோம். மேலே கொடுத்துள்ள வாக்கியங்களை எடுத்துக்கொள்வோம். வாக்கியம் (20)இல் இராமன் என்ற இயற்பெயரும் தான் என்ற முற்சுட்டும் ஒரு ஆளையே குறிக்கின்றன. எழுவாயும் எழுவாயின் செயலால் பாதிப்பிற்கு உள்ளானவரும் ஒருவரே. எழுவாயும் செயப்படுபொருளும் ஒருவரே. அடிப்பவரும் அடிபடுபவரும் ஒரே ஆள். அத்தகைய சூழலில் தான் என்ற முற்சுட்டு பயன்படுத்தப்படுகிறது. இயற்பெயரும் முற்சுட்டும் ஒரே எச்சத் தொடரில் (clause) அமைந்திருக்க வேண்டும். இது ஒரு தொடரியற் கட்டுப்பாடு.

23. ? கண்ணன் நேற்று என்னைப் பார்த்தான். பிறகு தான் படித்தான்

24. கண்ணன் நேற்று என்னைப் பார்த்தான். பிறகு அவன் படித்தான்

இவ்விரு வாக்கியங்களில் வாக்கியம் (24) நமக்கு இயல்பானதாகத் தோன்றுகிறது. மாற்றுப்பெயர் இன்னொரு வாக்கியத்தில் வரலாம். ஆனால் முற்சுட்டு வருவதை நாம் தவிர்க்கிறோம்.

இந்தக் கட்டுப்பாட்டை நாம் ஆங்கிலத்திலும் பார்க்கலாம்.

25. Mary$_i$ beat herself$_i$

26. Mary$_i$ beat her$_i$

27. *Mary$_i$ beat her$_i$
28. *Mary$_i$ believes that John beat herself$_i$
29. Mary$_i$ believes that John$_j$ beat himself$_j$

வாக்கியங்கள் (27)உம் (28)உம் வழுவானவையாகக் கருதப்படுகின்றன. வாக்கியம் (27)இல் Mary என்ற இயற்பெயரும் her என்ற மாற்றுப்பெயரும் ஒரே வாக்கியத்தில் அமைந்து ஒருவரையே குறிக்கின்றன. இயற்பெயரும் மாற்றுப்பெயரும் சுதந்திரமானவை. ஒன்றை ஒன்று கட்டுப்படுத்துவதில்லை. ஆகையால், அது வழுவானதாகக் கருதப்படுகிறது. அதேபோல், வாக்கியம் (28)இல் முன்வரு கிளவியும் முற்சுட்டும் வெவ்வேறு எச்சத்தொடர்களில் (clauses) வருவதால் அது வழுவானதாகக் கருதப்படுகிறது. இரு தொடரியல் கட்டுப்பாடுகள் இங்குச் செயற்படுவதை நாம் உணரலாம். அவை:

அ. முன்வரு கிளவியும் முற்சுட்டும் ஒரே எச்சத்தொடருக்குள் இடம்பெற வேண்டும்;

ஆ. இத்தகைய கட்டுப்பாடு முன்வரு கிளவிக்கும் மாற்றுப் பெயருக்கும் இல்லை. ஆகையால் அவை வெவ்வேறு எச்சத் தொடர்களில் வர வேண்டும்.

இத்தகைய கட்டுப்பாடுகள் பொதுமையானவை. அனைத்து மொழிகளிலும் காணக்கூடிய ஒன்று இது. இந்த அணுகுமுறை, உலக மொழிகளுக்கு இடையே காணப்படக் கூடிய பொதுமைகளைத் தேட ஆரம்பித்தது. மாற்று விதிகளின் செயல்பாட்டின்மீது உள்ள கட்டுப்பாடுகள் எல்லா மொழிகளுக்கும் பொதுவானவை என்ற கருதுகோளின் அடிப்படையில் சோம்ஸ்கியின் ஆய்வு பயணிக்கத் தொடங்கியது. முன்வரு கிளவியான இயற்பெயர், வாக்கியத்தின் முதலிலும் மாற்றுப் பெயரும் முற்சுட்டுப் பெயரும் அதற்குப் பின்னரும் வருவது இயல்பு. வாக்கியம் (24)ஐ எடுத்துக் கொள்வோம்.

24. கண்ணன்$_i$ நேற்று என்னைப் பார்த்தான். பிறகு அவன்$_i$ படித்தான்.

இந்த வாக்கியத்தில் மாற்றுப்பெயர் முன்பாகவும் இயற்பெயர் பின்னதாகவும் வந்தால், அதனுடைய பொருள் மாறிவிடுகிறது.

30. அவன்$_j$ நேற்று என்னைப் பார்த்தான். பிறகு கண்ணன்$_i$ படித்தான்.

இந்த வாக்கியத்தில் மாற்றுப்பெயரும் இயற்பெயரும் ஒரே ஆளைக் குறிப்பிடவில்லை. வெவ்வேறு ஆட்களைக் குறிக்கின்றன. அவை இரண்டும் ஒரே ஆளைக் குறிப்பிட வேண்டும் என்றால் இயற்பெயர்

முன்பும் மாற்றுப்பெயர் பின்பும் வரவேண்டும். இதுவும் ஒரு தொடரியல் கட்டுப்பாடு. இந்த விதிகள் தொடரியல் கட்டுப்பாடு களைக் கொண்டிருந்தாலும் அவை மாற்று விதிகள் அல்ல. இந்த விதிகள் பொருள்கோள் விதிகள் (interpretive rules). மாற்று விதிகளாகக் கருதப்பட்ட இந்த விதிகள் பின்னர் பொருள்கோள் விதிகளாக மாற்றம் பெற்றன. தொடரியல் பகுதியில் மாற்று விதிகளாக இருந்தவை பொருண்மையியல் பகுதியின் விதிகளாக மாற்றம் அடைந்தன. இவ்வணுகுமுறை தொடரியல் பகுதியில் இருந்த மாற்று விதிகளின் எண்ணிக்கையைக் குறைத்தது.

இதே முறையில் மாற்று விதிகள் வாக்கியத்தில் உள்ள சில தொடர்களை நீக்கின. இத்தகைய மாற்று விதிகளும் பொருண்மை விதிகளாக மாற்றம் பெற்றன. கீழே கொடுக்கப்பட்டுள்ள வாக்கியங்கள் முன்பு நீக்க விதிகளால் வருகிக்கப்பட்டன.

31. கவிதா நாளை உங்களைப் பார்க்க வருவாள்
32. மன்மோகன் சிங் ஒபாமாவைப் பார்த்துப் பரிசுகள் வழங்கினார்

இந்த வாக்கியங்களில் ஒரே எழுவாய் உட்படு வாக்கியத்திலும் (embedded sentence) தலைமை வாக்கியத்திலும் (main sentence) உள்ளது. வாக்கியம் பின்வருமாறு விவரிக்கப்பட்டது.

கவிதா$_i$ நாளை # கவிதா$_i$ உங்களைப் பார்க்க் - tns - # வருவாள்

கவிதா நாளை # Ø உங்களைப் பார்க்க் - tns - # வருவாள்

கவிதா நாளை உங்களைப் பார்க்க வருவாள்

i என்ற சுட்டு (index) பெயர்த் தொடர்கள் ஒரே பொருளைச் சுட்டுகின்றன என்பதை உணர்த்தப் பயன்படுத்தப்படுகிறது. தொடர்கள் எப்போது ஒரே சுட்டைப் பெறுகின்றனவோ அப்போது தான் நீக்கல் விதி (deletion rule) செயற்பட்டு ஒரு தொடரை நீக்குகிறது. இது ஒரு மாற்று விதி. PRO என்ற ஒரு புதிய இலக்கண வகை புகுத்தப்பட்டு மாற்று விதி பொருண்மை விதியாக மாற்றப்பட்டு விட்டது. இவ்வாக்கியத்தின் அக அமைப்பு

கவிதா$_i$ நாளை [PRO$_i$ உங்களைப் பார்க்க] வருவாள்

PRO என்ற இலக்கண வகையும் கவிதா என்ற பெயர்த்தொடரும் ஒரே சுட்டைப் பெற்றுள்ளதால் இவை ஒரே ஆளைக் குறிக்கின்றன என்று பொருள் கொள்ளப்படுகிறது. PRO என்பது அதற்குரிய பொருளை முன்வரு கிளவியான கவிதா என்ற பெயர்த்தொடரிலிருந்து பெறுகிறது. இவ்வாறு நீக்கல் விதி தொடரியல் பகுதியிலிருந்து

நீக்கப்பட்டு பொருள்கோள் விதியாகப் பொருண்மைப் பகுதியில் செயற்படுகிறது. ஆனால் பொருள்கோள் விதிகளும் தொடரியல் கட்டுப்பாடுகளால் கட்டுப்படுத்தப்படுகின்றன. இந்த அணுகுமுறை தொடரியல் பகுதியில் இருந்த மாற்று விதிகளின் எண்ணிக்கையைக் குறைத்தது. விதிகளின் செயற்பாட்டுக்குரிய தொடரியல் கட்டுப்பாடு களைக் கண்டறிய இவ்வணுகுமுறை முற்பட்டது. இந்த அணுகு முறையின் பின்புலத்தில் உள்ள கோட்பாட்டை விரிதரக் கோட்பாடு (Extended Standard Theory) என்று சோம்ஸ்கியும் மற்றவர்களும் அழைத்தார்கள். இவ்வாறு நீக்கல் விதிகள் தொடரியல் பகுதியிலிருந்து நீக்கப்பட்டு பொருள்கோள் விதிகளாக மாற்றப்பட்டன.

பல்வேறு வாக்கியங்களையும் வருவிக்கக்கூடிய மாற்றுவிதிகள் செயப்பாட்டு மாற்று விதிகள் (passive transformational rules) என்றும் வினா வாக்கியங்களை வருவிப்பவற்றை வினா மாற்று விதிகள் (interrogative transformational rules) என்றும் அழைக்கப்பட்டன. எத்தகைய அமைப்புள்ள வாக்கியங்களை மாற்று விதிகள் வருவிக்கின்றனவோ அவற்றின் பெயரால் அவை அழைக்கப்பட்டன. இந்த முறையில் மாற்று விதிகளைப் பார்க்கும்போது மாற்று விதிகளின் எண்ணிக்கை கூடுதலாக இருந்தது. ஒரேவித செயற்பாட்டை அவை மேற்கொண்டாலும் வெவ்வேறு பெயர்களில் வழங்கப் பட்டதால் எண்ணிக்கை கூடுதலாயிற்று.

ஆங்கிலத்தில் பெயரெச்சத் தொடரை வருவிக்கும்போது பெயரெச்ச மாற்றுப்பெயர் (relative pronoun) எச்சத்தொடரின் (clause) முன்பு வரும். இது ஒரு நகர்வு விதி (movement rule) மூலம் வருவிக்கப் படுகிறது.

33. The boy who you saw yesterday won the prize

இந்த வாக்கியத்தில் who you saw yesterday என்பது பெயரெச்சத் தொடர். அக அமைப்பிலுள்ள who என்ற பெயரெச்ச மாற்றுப்பெயர் தொடரின் முற்பகுதிக்குக் கொண்டுவரப்படுகிறது. அதனுடைய அக அமைப்பு,

The boy # you saw who yesterday # won the prize

இவ்வாறு அமைந்துள்ளது. எச்சத்தொடரில் வினையை அடுத்துவரும் who என்ற மாற்றுப்பெயர் தொடரின் முற்பகுதிக்கு நகர்த்தப் படுகிறது. அதனை மாற்றிலக்கணக்காரர்கள் பெயரெச்சத்தொடர் மாற்று விதி (relative clause transformation) என்று அழைத்தார்கள்.

அதேபோல் ஆங்கிலத்தில் காணப்படுகின்ற பின்வரும் வினா வாக்கியத்தைப் பார்ப்போம்.

34. Who did you see yesterday?

இந்த வாக்கியம் பின்வரும் அக அமைப்பிலிருந்து வருவிக்கப் படுகிறது.

You see + past Wh + someone yesterday

Wh + someone என்பது who என மாற்றப்பட்டு வாக்கியத்தின் முற் பகுதிக்குக் கொண்டுவரப்படுகிறது. அதனை இவ்வாறு காட்டலாம்.

You see + past Wh + someone yesterday

Wh + someone you see + past yesterday

இந்த அமைப்பிலிருந்து வாக்கியம் (34) வருவிக்கப்படுகிறது. இந்த மாற்று விதி வினா மாற்றுவிதி என்று கூறப்படுகிறது. இவ்விரு விதிகளும் ஒரு குறிப்பிட்ட தொடரை எச்சத்தொடரின் / வாக்கியத்தின் முற்பகுதிக்குக் கொண்டுவருகின்றன. இந்த விதிகள் வெவ்வேறு பெயர்களால் குறிப்பிடப்பட்டாலும் அவற்றின் செயற்பாடு ஒன்றேதான். ஒரு குறிப்பிட்ட தொடரை வாக்கியத்தின் இன்னொரு பகுதிக்கு நகர்த்துகின்றன. அவை அனைத்தையும் நகர்வு விதி என்ற பெயரால் நாம் அழைக்கலாம். மாற்று விதிகளின் எண்ணிக்கை விதிகளை இவ்வாறு பெயரிடும்போது குறைகிறது. சோம்ஸ்கியும் அவரைச் சார்ந்தவர்களும் விதிகளைக் குறைக்க இத்தகைய அணுகு முறையை மேற்கொண்டார்கள். அத்தகைய முடிவுகள் உரிய தொடரியல் சான்றுகளுடன் நிறுவப் பட்டன. எண்ணிக்கையைக் குறைப்பது என்பதும் கோட்பாட்டுச் சிக்கனக் கொள்கையின் ஒரு கூறுதான்.

மாற்று விதிகளின் ஆற்றலைக் கட்டுப்படுத்துதல்

மாற்று விதிகளின் செயல்பாட்டின் மீது கட்டுப்பாட்டை விதிக்க வேண்டும் என்ற எண்ணம் மாற்றிலக்கணத்தின் தொடக்க காலத்திலிருந்தே இருந்து வந்தது. ஆனால், அந்த முயற்சியில் தீவிரம் காட்டப்படவில்லை. ஆக்கமுறைப் பொருண்மையியலார் இலக்கண வகைகளைக் குறைக்க ஆய்வில் ஆர்வம் காட்ட சோம்ஸ்கியும் அவரைச் சார்ந்தவர்களும் விதிகளின் இயல்பையும் அவற்றினுடைய செயல்பாடுகளின் கட்டுப்பாட்டையும் ஆராய முற்பட்டார்கள்.

மாற்று விதிகளின் எண்ணிக்கையை எவ்வாறு குறைத்தார்கள் என்பதை நாம் முன்பே குறிப்பிட்டுள்ளோம். இப்போது விதிகளின் செயற்பாட்டை எவ்வாறு கட்டுப்படுத்தினார்கள் என்பதை நாம் பார்ப்போம். பல வகை விதிகள் குறைக்கப்பட்டு இறுதியாக ஒரே ஒருவகை விதி மட்டும்தான் மாற்றிலக்கணத்தில் செயல்படுகின்றது. அதுதான் நகர்வு விதிகள். நகர்வு விதி எவ்வாறு செயல்படுகின்றன என்பதையும் அதன்மீது சுமத்தப்பட்டிருக்கும் கட்டுப்பாடுகளையும் நாம் இங்கு விவரிக்க முற்படுவோம்.

நகர்வு விதி எத்தகைய தொடர்களை நகர்த்த இயலும்? தொடர்களை நகர்த்துவதற்கு ஏதேனும் கட்டுப்பாடுகள் விதிக்கப்பட்டுள்ளனவா? மாற்றிலக்கணத்தின் தொடக்க காலத்திலேயே ஆய்வாளர்கள் அத்தகைய ஆய்வில் கவனம் செலுத்தினார்கள். 1964ஆம் ஆண்டிலேயே சோம்ஸ்கி ஒரு கட்டுப்பாட்டைச் சுட்டிக்காட்டினார். அந்தக் கொள்கையை ஏ-மேல்-ஏ கொள்கை (A-over-A principle) என்று அவர் பெயரிட்டார். அதை நாம் சில ஆங்கில வாக்கியங்களின் துணை கொண்டு விவரிப்போம். கீழே கொடுக்கப்பட்டுள்ள வாக்கியத்தைப் பார்ப்போம்.

35. We have to read some books and some papers

36. நாம் சில புத்தகங்களையும் சில கட்டுரைகளையும் படிக்க வேண்டும்

இந்த வாக்கியங்களில் *சில புத்தகங்களையும் சில கட்டுரைகளையும்* என்பதும் *some books and some papers* என்பதும் இணைப்புப் பெயர்த் தொடர்கள் (coordinate noun phrases). அவை முழுமையாக நகர்த்தப்படலாம். அவற்றின் பகுதியை நகர்த்த இயலாது. கீழே கொடுக்கப்பட்டுள்ள வாக்கியங்கள் வழுவானவையாகக் கருதப் படுகின்றன.

*35a. *Those are the papers that we have to read some books and ---*

*36b. *Which books do we have to read -------- and some papers?*

*36a.*நாம் படிக்க வேண்டிய கட்டுரைகளும் அவை சில புத்தகங்களும்*

36b. எந்த புத்தகங்களும் நாம் படிக்க வேண்டியவை சில கட்டுரைகளும்?*

அவை முழுமையாக நகர்த்தப்பட்டால், இலக்கண வாக்கியங்களாக ஏற்றுக்கொள்ளப்படுகின்றன.

35c. Those are the books and papers that we have to read --------

36d. Which books and papers do we have to read --------

36c. நாம் படிக்க வேண்டிய புத்தகங்களும் கட்டுரைகளும் அவை

36d. எந்தப் புத்தகங்களும் கட்டுரைகளும் நாம் படிக்க வேண்டியவை?

இணைப்புப் பெயர்த்தொடர்கள் முழுமையாக நகர்த்தப்பட வேண்டும்; அவற்றின் பகுதிகளை நகர்த்துவது வழுவான வாக்கியங்களை உருவாக்க வழிவகுத்துவிடும். அதனுடைய அமைப்பை இவ்வாறு காட்டலாம்.

கீழே உள்ள எந்த NP-ஐயும் தனியாக நகர்த்த இயலாது. நாம் முன்பு குறிப்பிட்டுள்ளபடி மேலே உள்ள NP-ஐத்தான் நகர்த்த இயலும். இது மாற்று விதிகளின்—குறிப்பாக நகர்வு விதியின்—மீது விதிக்கப்பட்ட கட்டுப்பாடு. அந்தக் காலகட்டத்தில் மாற்று விதிகளின் செயல்பாட்டைக் கட்டுப்படுத்தும் கட்டுப்பாடுகள் எவை என்பதில் மாற்றிலக்கணக்காரர்கள் கவனம் செலுத்தினார்கள். அத்தகைய கட்டுப்பாடுகள் மொழிப் பொதுமைகள் (language universals) ஆகும். சோம்ஸ்கி 1964 வாக்கில் முன்வைத்த ஏ-மேல்-ஏ கொள்கை என்ற கட்டுப்பாடு ஆய்வின் முக்கிய திக்கைக் காட்டியது (Chomsky 1964). இருப்பினும் அக்கட்டுப்பாடு சர்ச்சைக்குரியதாகவும் பார்க்கப் பட்டது. மொழிப் பொதுமைகளைக் கண்டுபிடிக்க வேண்டும் என்ற நம்பிக்கையைக் குறிக்கோளாகக் கொண்டு ஆய்வு நகர்ந்தது. மொழிப்

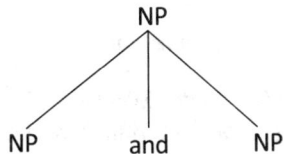

விளக்கப்படம் 6.

பொதுமைகளைத் தேடுதல் என்பது மாற்றிலக்கண ஆய்வின் குறிக்கோளாக மாறியது.

நகர்வு விதியின் தன்மையில் ஒரு முக்கியமான மாற்றத்தை மாற்றிலக்கணக்காரர்கள் கொண்டுவந்தார்கள். நகர்வு விதி ஒரு தொடரையோ அல்லது எச்சத்தொடரையோ அக அமைப்பின் ஒரு குறிப்பிட்ட இடத்திலிருந்து வேறொரு இடத்திற்குப் புற அமைப்பில் மாற்றுவதை நாம் பார்த்திருக்கிறோம். அவ்வாறு இடப்பெயர்ச்சி செய்வதற்குரிய கட்டுப்பாடுகள் கண்டுபிடிக்கப்படவில்லை. மூன்று செய்திகள் இங்கு முக்கிய இடம் பிடிக்கின்றன:

- தொடர்கள்/எச்சத்தொடர்கள் எந்தெந்த இடங்களிலிருந்து நகர்த்தப்படலாம்;
- எந்தெந்த இடங்களுக்கு அவை நகர்த்தப்படக் கூடும்;
- எவ்வளவு தூரத்திற்கு அவை நகர்த்தப்படக் கூடும்.

நகர்வு விதி இந்த மூன்று நிலைகளாலும் கட்டுப்படுத்தப்படுகின்றது. விதிகள் வரன்முறையின்றி மொழியின் அலகுகளை நகர்த்த இயலாது. அத்தகைய அணுகுமுறை நகர்வு விதியின் ஆற்றலைக் கட்டுப்படுத்தும் விதத்தில் அமைந்துள்ளது. சான்றுக்கு இரண்டு வாக்கியங்களை எடுத்துக்கொள்வோம்.

37. John seems to be competent

38. It seems that John is competent

வாக்கியம் (37)இல் John என்பது முற்றா எச்சத்தொடரிலிருந்து (non-finite clause) நகர்த்தப்பட்டு வாக்கியத்தின் முதல்நிலைக்குக் கொண்டுவரப்படுகிறது. அதனுடைய அக அமைப்பைப் பின்வருமாறு காட்டலாம்.

37a. ----- seems [John to be competent]

ஆனால் வாக்கியம் (38)இன் உட்பகுதியின் எச்சத்தொடரிலிருந்து எந்த உறுப்பையும் வெளியே நகர்த்த இயலாது. இத்தகைய முயற்சி வழுவான வாக்கியத்தை உருவாக்கும்.

38a. *John seems that ----- is competent

நாம் இங்கு ஒரு கட்டுப்பாட்டைக் குறிப்பிடலாம். காலம் காட்டா வினை எச்சத்தொடரிலிருந்து (non-finite/infinitive clause) ஒரு தொடரை நாம் நகர்த்த இயலும்; காலம் காட்டும் எச்சத் தொடரிலிருந்து (tensed clause) நாம் எதையும் நகர்த்த இயலாது. இதனை உறுதிப் படுத்த மேலும் சில சான்றுகளைத் தருவோம்.

39. I believe that the dog is hungry

40. That the dog is hungry is believed by me

41. *That the dog is believed by me is hungry

42. I believe the dog to be hungry

43. The dog is believed to be hungry by me

இங்கு வாக்கியம் (39) வாக்கியம் (40) ஆகியவற்றில் காட்டியபடி செயப்பாட்டுவினை வாக்கியமாக மாற்றலாம். ஆனால், உட்படு

வாக்கியத்தின் எந்த ஒரு பகுதியையும் நாம் நகர்த்த இயலாது என்பதை வாக்கியம் *(41)* உறுதிப்படுத்துகிறது. வாக்கியம் *(39)* இன் உட்படு வாக்கியமாக இருப்பது காலம் காட்டுகின்ற தன்மையைக் கொண்டுள்ளது. வாக்கியம் *(43)* இல் உள்ள உட்படு வாக்கியம் காலம் காட்டா வினை எச்சத்தொடர். ஆகையால், உட்படு வாக்கியத்தின் உறுப்புகளை நகர்த்த முடிகிறது. இது ஒரு முக்கியமான தொடரியல் கட்டுப்பாடு. நாம் இன்னொரு கட்டுப்பாட்டையும் சான்றாகக் காட்டலாம்.

44. கமலாவும் கண்ணகியும் பேச்சுப் போட்டியில் கலந்துகொண்டார்கள்

45. திமுகவும் அதிமுகவும் தேர்தலில் மோதிக்கொண்டார்கள்

இந்த வாக்கியங்களில் கமலாவும் கண்ணகியும் என்பதும் திமுகவும் அதிமுகவும்என்பதும் இணைப்புத் தொடர்கள் (coordinate phrases). அத்தகைய தொடர்களை நகர்வு விதி பிரிக்க இயலாது. ஆனால், அவை முழுமையாக இடம் பெயரலாம். வாக்கியங்கள் *(46)*உம் *(47)*உம் வழு வாக்கியங்களாகக் கருதப்படுகின்றன.

*46. *கமலாவும் பேச்சுப் போட்டியில் கண்ணகியும் கலந்துகொண்டார்கள்*

*47. * திமுகவும் தேர்தலில் மோதிக்கொண்டார்கள் அதிமுகவும்*

இந்த வாக்கியங்களில் இணைப்புப் பெயர்த்தொடர்கள் பிரிக்கப் பட்டதால் அவை வழுவானவையாகக் கருதப்படுகின்றன. இந்தக் கட்டுப்பாடு ஆங்கில மொழிக்கும் பொருந்தும். கீழே கொடுக்கப் பட்ட வாக்கியங்களின்மூலம் இது தெளிவாகும்.

48. India and Pakistan agreed to resume the peace talks

49. The Finance Minister and his secretary met the Prime Minister

*50. *India agreed to resume and Pakistan the peace talks*

*51. *The Finance Minister met and his secretary the Prime Minister*

வாக்கியங்கள் *(50)*இலிலும் *(51)*இலிலும் இணைப்புப் பெயர்த் தொடர்கள் பிரிக்கப்பட்டுள்ளன. இவ்வாறு பிரிக்கப்பட்டதால் அவை வழு வாக்கியங்களாகக் கருதப்படுகின்றன. நாம் மேலே சுட்டிக் காட்டிய தொடரியல் கட்டுப்பாடு தமிழுக்கோ ஆங்கிலத்திற்கோ மட்டும் உரியதல்ல; அது உலக மொழிகள் அனைத்திற்குமான மொழிக் கட்டுப்பாடு. எந்தெந்த இடங்களிலிருந்து நாம் வாக்கியத்தின் உறுப்புகளை நகர்த்தலாம் எந்தெந்த இடங்களிலிருந்து நகர்த்த இயலாது என்பதை நாம் மேலே காட்டிய சான்றுகள் தெளிவாக்கு கின்றன.

அடுத்து எவ்வளவு தூரம் வாக்கியத்தின் உறுப்புகளை நகர்த்தலாம் என்பதில் உள்ள தொடரியல் கட்டுப்பாட்டையும் நாம் சுட்டலாம். கீழே கொடுக்கப்பட்டுள்ள ஆங்கில வாக்கியங்களின் மூலம் நாம் இதைக் காட்டலாம்.

52. John is believed to know Mary to be wrong

இந்த வாக்கியத்தின் அக அமைப்பு கீழே கொடுக்கப்பட்டுள்ளது.

53. -------- is believed [John to know [Mary to be wrong]
              S$_1$ S$_2$

நகர்வு விதி John எனும் பெயர்த்தொடரை எழுவாய் இடத்திற்கு கொண்டுவந்தது. ஆனால், Mary என்ற பெயர்த்தொடரைக் கொண்டுவர இயலாது. அவ்வாறு நகர்த்தப்பட்டால் அது வழு வாக்கியமாகக் கருதப்படும்.

54. *Mary is believed John to know to be wrong

வாக்கியத்தின் உறுப்புகளை, குறிப்பாகப் பெயர்த்தொடர்களை நகர்த்தும்போது அவை ஒரு S குறியீட்டிற்கு மேல் கடந்து செல்லாது. வாக்கியம் (53) இல் Mary என்ற பெயர்த்தொடர் S$_2$ என்ற குறியீட்டையும் S$_1$ என்ற குறியீட்டையும் கடந்து செல்வதால் அது வழு வாக்கியமாகக் கருதப்படுகிறது. ஆகையால், நகர்வு விதி வாக்கியத்தின் உறுப்புகளை நகர்த்துவதற்கான ஓர் உச்ச வரம்பு (upper bound) நிச்சயக்கப்படுகிறது. இது நகர்வு விதிகளின் மீது சுமத்தப்பட்டுள்ள மற்றொரு கட்டுப்பாடு. இக்கட்டுப்பாடு ஆங்கில மொழிக்குமட்டும் அல்ல; உலக மொழிகள் அனைத்திற்கும் பொருந்தும் என்று வாதிடப்படுவதால் இந்தக் கட்டுப்பாடு மொழிப் பொதுமை.

ஒரு பெயர்த்தொடர் நகர்த்தப்படும்போது அது சென்று சேர்கிற இடமும் வரையறுக்கப்பட வேண்டியுள்ளது. வரன்முறையின்றித் தொடர்களை பல்வேறு இடங்களுக்கு நகர்த்தவியலாது. ஒரு வாக்கியத்தின் அக அமைப்பில் வெற்று இலக்கண வகை (empty category) உள்ள இடத்திற்குப் பெயர்த் தொடரை நகர்த்தலாம். சான்றாக, செயப்பாட்டுவினை வாக்கியத்தை எடுத்துக்கொண்டு விளக்குவோம்.

55. A dog was killed by a boy

இதனுடைய அக அமைப்பு பின்வரும் முறையில் அமைந்துள்ளது.

56. ------ be killed a dog by a boy ?

a dog என்பது வாக்கியத்தின் முதலுக்குக் கொண்டுவரப்படுகிறது. கொண்டு வரப்படுகின்ற இடம் வெற்றிடம். அவ்வாறு நகர்த்தப் படும் இடம் வெற்றிடமாக அமைய வேண்டும் என்பது மற்றொரு தொடரியல் கட்டுப்பாடு. இதுவும் ஒரு மொழிப் பொதுமையாக முன்வைக்கப்படுகிறது. அத்தகைய கட்டுப்பாடுகள் மற்ற மொழி களுக்கும் பொருந்துகிறதா என்பதை மொழியியலார் ஆய்வுக்கு உட்படுத்த வேண்டும். அத்தகைய முயற்சிகள் மொழியியலில் தொடர்ந்து நடைபெற்று வருகின்றன. இங்கு முக்கியமாகக் குறிப்பிடப்படுவது மாற்று விதிகளின் செயல்பாடு சில மொழிப் பொதுமைகளால் கட்டுப்படுத்தப்படுகிறது. விதிகளின் மேல் எத்தகைய கட்டுப்பாடுகள் சுமத்தப்பட்டுள்ளன என்பதை அறிவதுதான் மொழியியலின் குறிக்கோள். அத்தகைய கட்டுப் பாடுகள் மாற்று விதிகளுக்கு மட்டும் அல்ல, தொடரமைப்பு விதிகளுக்கும் பொருந்தும்.

உலகில் உள்ள மொழிகளின் அமைப்பைத் தனித்தனியாக அமைப்பு மொழியியல் கோட்பாட்டின் அடிப்படையில் 'விவரித்தல்' என்ற குறிக்கோளிலிருந்து மாற்றிலக்கணத்தின் குறிக்கோள் வேறுபடத் தொடங்கியது. ஒவ்வொரு மொழியும் அததற்கென்ற தனி அமைப்பை உடையது என்ற தத்துவக் கண்ணோட்டத்தில் அமைப்பு மொழியியல் கோட்பாடு, உலகில் உள்ள மொழிகள் அனைத்தையும் பார்த்தது. எல்லா மொழியியல் கோட்பாடுகளின் செயற்பாடும் இயற்கை மொழிகளின் அமைப்பை விவரித்தல் என்பதுதான். அந்தச் செயற்பாட்டின்மூலம் வேறொரு திக்கை நோக்கியும் மாற்றிலக்கணக் கோட்பாடு புறப்பட்டது. உலகில் உள்ள எல்லா மொழிகளிலும் காணப்படும் பொதுமைகளைக் கண்டறிவது மாற்றிலக்கணக் கோட்பாட்டின் முக்கிய குறிக்கோளாகக் கருதப்பட்டது. மொழி அமைப்பை மட்டும் விவரிப்பது என்ற இலக்கிலிருந்து மொழிகளுக்கு இடையிலான பொதுமைகளைத் தேடுவது என்ற இலக்கை நோக்கி மாற்றிலக்கணத்தின் ஆய்வு பயணிக்கத் தொடங்கியது.

மொழிப் பொதுமைகள் என்பவை எவை? அவற்றின் தன்மைகள் எவை? மாற்றிலக்கண ஆய்வுக்கு முன்னர் மொழிப் பொதுமை களைத் தேடும் முயற்சிகள் இல்லையா? ஒரு மொழி இன்னொரு மொழி யிடமிருந்து இப்படிதான் மாறும் என்பதை அறுதியிட்டுச்

சொல்ல இயலாத நிலையில் மொழிப் பொதுமைகளைத் தேடும் முயற்சி தேவையற்றது. இருப்பினும் அமைப்பு மொழியியலின் கோட்பாட்டிற்குள் ஆய்வை மேற்கொண்ட சில அறிஞர்கள் மொழிப் பொதுமைகளைத் தேடினார்கள். கீரின்பர்க் (Greenberg 1963) சில மொழிப் பொதுமைகளையும் அவற்றோடு தொடர் புடைய மொழி அமைப்பையும் விவரித்தார். எடுத்துக்காட்டாக, நாம் மொழிகளை *SOV* என்றும் *SVO* என்றும் வகைப்பாடு செய்தால், *SOV* என்ற வரிசைமுறையைக் கொண்ட மொழிகள் வேற்றுமை உறவை விகுதிகள்மூலம் காட்டும். வேற்றுமை உறவைக் குறிக்கும் சொற்கள் *SVO* மொழிகளில் பெயர்களுக்கு முன்னர் வரும். கீழே கொடுக்கப்பட்டுள்ள ஆங்கில வாக்கியமும் தமிழ் வாக்கியமும் அதனை விவரிக்கும்.

57. *நம்பி தங்கை-க்கு ஒரு வைர மோதிரத்தைப் பிறந்த நாள்*
Nambi NP-cm NP-cm
S O
பரிசாக அளித்தான்
V

58. *Nambi gave a diamond ring as a birthday gift to his sister*
NP V NP P NP
S V O

தமிழில் வேற்றுமை உறவைச் சுட்டக் கூடிய விகுதி பெயர்த் தொடருக்குப் பின்னர் வருகிறது. ஆங்கிலத்தில் இவ்வுறவைக் காட்டக் கூடிய சொற்கள் பெயர்த் தொடருக்கு முன்வருகிறது. ஒரு வாக்கியத்தின் சொற்களுடைய வரிசைமுறைக்கும் வேற்றுமை உறவைக் குறிக்கக் கூடிய சொற்கள்/விகுதிகள் பெயர்த்தொடருக்கு முன்னரோ பின்னரோ வருவதற்கும் ஒரு தொடர்பு உள்ளதை நாம் இங்கு உணர்கிறோம். கிரீன்பர்க் போன்ற அறிஞர்கள் அத்தகைய பொதுமைகளைக் கண்டுபிடிப்பதில் ஆர்வம் காட்டினார்கள். நாம் ஒரு முக்கிய வேற்றுமையை இங்குச் சுட்ட வேண்டும்.

கிரீன்பர்க் போன்ற அறிஞர்கள் தேடிய மொழிப் பொதுமைகள் ஒரு மொழியில் ஒரு குறிப்பிட்ட அமைப்பு எப்படி இன்னொரு அமைப்போடு தொடர்புகொண்டுள்ளது என்பதை விவரிக்கிறது. உலக மொழிகளுக்கு இடையே காணப்படும் பொதுக் கூறுகளாக அவர் அவற்றைக் கருதினார். அமைப்பு மொழியியல் கோட்பாட்டிற்குள்ளும் மொழிப் பொதுமைகளைத் தேடும் முயற்சி இருந்தது என்பதை நாம்

இங்குச் சுட்ட விரும்புகிறோம். இப்போக்கு அருகியே காணப்பட்டது. இன்னொரு வேறுபாட்டையும் நாம் இங்குச் சுட்டிக் காட்ட வேண்டும். அமைப்பு மொழியியல் கோட்பாட்டிற்குள் மொழிப் பொதுமை களைத் தேடியவர்கள் உலகின் பல்வேறு மொழிகளின் அமைப்பை விவரித்த பின்னர் அவற்றிற்கு இடையில் காணப்படும் பொதுமை களைப் பற்றிப் பேசினார்கள். அவை இரு நிலைகளில் அமைந் திருந்தன. ஒன்று உலகிலுள்ள மொழிகளில் ஒலியனியல், உருபனியல், தொடரியல் ஆகிய நிலைகளில் பொதுவாகக் காணப்படும் கூறுகளின் அடிப்படையில் அமைப்பு மொழியியலார் மொழிப் பொதுமைகளைத் தேடினார்கள். மாற்றிலக்கணக்காரர்கள் ஒரு மொழியை ஆய்ந்ததன் அடிப்படையிலேயே மொழிப் பொதுமைகளைக் கருதுகோள்களாக (hypotheses) முன்வைக்க முற்பட்டார்கள். அவர்கள் அந்தக் கருதுகோள்களை உறுதிப்படுத்த மற்ற மொழிகளை அணுகினார்கள். இந்த வேறுபாட்டைச் சுட்டிக்காட்டிவிட்டு மாற்றிலக்கணக்காரர்கள் இந்தப் பிரச்சினையை எவ்வாறு கையாண்டார்கள் என்பதை நாம் மேற்கொண்டு பார்ப்போம்.

சோம்ஸ்கியும் அவரைச் சார்ந்தவர்களும் மொழிகளின் அமைப்பை உருவாக்கும் விதிகளின் இயல்பை விளக்கும் முயற்சியை மேற் கொண்டார்கள். நாம் முன்பே குறிப்பிட்டதுபோல அவர்கள் மாற்று விதிகளின் தன்மையை ஆராய முற்பட்டார்கள். சில மாற்று விதிகள் பொருள்கோள் விதிகளாக உணரப்பட்டன. இருப்பினும் அவற்றின் செயற்பாடு தொடரியல் கட்டுப்பாடுகளால் கட்டுப்படுத்தப் பட்டது. உலகில் உள்ள பல மொழிகளை அவர்கள் ஆய்வுக்கு உட்படுத்தினாலும் ஆங்கில மொழி ஆய்வு முதன்மையான இடத்தைப் பிடித்தது. ஆங்கிலத்திற்குப்பின் ஐரோப்பிய மொழிகள் முதன்மை வகிக்கின்றன. ஆசிய மொழிகளில் ஜப்பானிய மொழி முக்கிய இடத்தைப் பிடித்துள்ளது. இந்திய மொழிகளில் பல மாற்றிலக்கண அணுகுமுறையைப் பின்பற்றி விவரிக்கப்பட்டுள்ளன. தமிழுக்கு முழுமையாக எழுதப்பட்ட முதல் மாற்றிலக்கணம் அகத்தியலிங்கம் எழுதிய தமிழின் ஆக்கமுறை இலக்கணம் (*A Generative Grammar of Tamil*) என்ற நூல். அந்த நூல் அண்ணாமலைப் பல்கலைக்கழக மொழியியல் உயராய்வு மையத்தால் 1967இல் வெளியிடப்பட்டது. அது முனைவர்பட்ட ஆய்வேடாக அமெரிக்காவில் உள்ள இந்தியானா பல்கலைக்கழக மொழியியல் துறைக்கு 1963இல் அளிக்கப்பட்டது. அதனைத் தொடர்ந்து பல்வேறு முனைவர்பட்ட ஆய்வேடுகளும் நூல்களும் வெளிவந்தன. அதே போல் மாற்றிலக்கணக்

கோட்பாட்டைப் பயன்படுத்தி இந்தி மொழியையும் பல அறிஞர்கள் விவரித்தார்கள்.

அளகைகள் (Parameters)

மாற்றிலக்கணம், மொழிகளுக்கு இடையிலான மொழிப் பொதுமைக்களை விவரிக்கும் முயற்சியை முதன்மைக் குறிக்கோளாகக் கொண்டிருந்தாலும் மொழிகளுக்கு இடையே காணப்படும் வேற்றுமைக் கூறுகளுக்கும் அது விளக்கம் அளிக்க வேண்டும். நாம் இங்கு ஒரு முக்கியமான செய்தியைக் குறிப்பிட வேண்டும். அமைப்பு மொழியியல் உலகில் உள்ள மொழிகள் மாறுபடும் கூறுகளை முறைப்படுத்தி விளக்க இயலும் என்ற முயற்சியை மேற்கொள்ளவில்லை. அது அவ்வாறு விவரிப்பது இயலாது என்றும் ஆணித்தரமாக நம்பியது. ஆனால் மாற்றிலக்கணம் மொழியின் பொதுமைகளை விவரிக்க முற்படும்போது அவற்றின் வேறுபாடுகளுக்கும் விளக்கம் அளிக்க வேண்டிய நிலைக்குத் தள்ளப்பட்டது. விவரிக்க இயலாத முறையில் அவ்வேறுபாடுகள் அமையவில்லை; அவை ஒரு ஒழுங்கமைவில் அமைந்துள்ளன என்பதை மாற்றிலக்கணம் விளக்க முற்படுகிறது. மாற்றிலக்கணம் மேற்கொண்ட அந்த முயற்சியை நாம் இங்கு விவரிப்போம்.

நாம் ஆங்கிலத்தையும் தமிழையும் முதலில் ஒப்பிடுவோம். தமிழில் எழுவாயாகச் செயற்படும் பெயர்த்தொடருக்கும் வினையின் இறுதியில் வருகின்ற ஒட்டுக்கும் சில கூறுகளில் இயைபு உள்ளது என்பதை நாம் முன்பே குறிப்பிட்டுள்ளோம். எழுவாயின் இடம், பால், எண் ஆகிய கூறுகள் வினையின் விகுதியிலும் வெளிப்படுகின்றன. எழுவாய்க்கும் வினையின் விகுதிகளுக்கும் இடையே ஒருவித இயைபு உள்ளது. ஆகையால், தமிழில் எழுவாய் இல்லாமலேயே வினையை மட்டும் பயன்படுத்தி வாக்கியங்களை உருவாக்க இயலும்.

59. அண்ணன் நேற்று என்னைப் பார்த்தார்
60. நேற்று என்னைப் பார்த்தார்
61. நீங்கள் நாளை வருவீர்களா?
62. நாளை வருவீர்களா?

வாக்கியங்கள் (60)உம் (62)உம் இலக்கண வாக்கியங்களாக ஏற்றுக்கொள்ளப்படுகின்றன. இந்த வாக்கியங்களில் எழுவாயாகச்

செயற்படும் பெயர்த்தொடர்களைப் பார்க்க முடியவில்லை. சில மொழிகளில் எழுவாய் வெளிப்படையாக வராவிட்டாலும் வாக்கியங்கள் ஏற்றுக்கொள்ளப்படுகின்றன. ஆனால், ஆங்கிலம் போன்ற மொழிகளில் அத்தகைய சூழலை நாம் பார்க்க இயலாது. எழுவாய் வெளிப்படையாக வரவில்லை என்றால் அவை வழு வாக்கியங்களாகக் கருதப்படுகின்றன.

63. The elder brother came to see me yesterday
64. *Came to see me yesterday
65. Will you come tomorrow?
66. *Will come tomorrow?

ஆங்கிலம் போன்ற மொழிகளில், எழுவாய் வாக்கியத்தில் கட்டாயம் இருக்கவேண்டும். இந்த அடிப்படையிலும் மொழிகளை நாம் இரு வகையாகப் பிரிக்கலாம். வாக்கியத்தில் எழுவாய் கட்டாயமாக இருக்கவேண்டிய மொழிகள் ஒருவகை; இன்னொரு வகை மொழிகளின் வாக்கியங்களில் எழுவாய் கட்டாயமாக இருக்க வேண்டும் என்பதில்லை. மொழிகளை வேறுபடுத்துவதில் இது ஒரு அளகை (parameter). இதேபோன்று வேறு சில கூறுகளையும் நாம் குறிப்பிடலாம்.

தொடர்களின் அமைப்பை எடுத்துக்கொள்வோம். தமிழைப் போன்ற மொழிகளில் தொடர்களின் தலைமைச் சொல் (head word) அதனுடைய இறுதியில் வருகிறது. பெயர், பெயர்த்தொடரின் இறுதியிலும் வினை, வினைத்தொடரின் இறுதியிலும் வருவதைக் காணலாம்.

67. அந்த இனிமையான பாட்டுகள்
68. காலை பூத்த அழகிய மலர்கள்
69. சீரிளமைத் தமிழ்
70. மொழியியலின் புரட்சியாளர் நோம் சோம்ஸ்கி

இந்தத் தொடர்களில் தலைமைப் பெயர்களான (head nouns) பாட்டுகள், மலர்கள், தமிழ், நோம் சோம்ஸ்கி போன்றவை தொடர்களின் இறுதியில் வருவதை நாம் பார்க்க முடிகிறது. அவற்றை ஆங்கிலத்தில் மொழிபெயர்க்கும்போது தலைமைப் பெயர்கள் தொடர்களின் இறுதியில் வராமல் முதலில் வருவதை நாம் பார்க்கிறோம்.

71. those songs that are sweet

72. the beautiful flowers that blossomed morning

73. Noam Chomsky who revolutionized linguistics

இந்தத் தொடர்களில் *songs, flowers, Noam Chomsky* போன்ற தலைமைப் பெயர்கள் பெயர்த் தொடர்களின் முதலில் வருகின்றன. இவ்வாறு வினைகள் தமிழில் வினைத்தொடரின் இறுதியிலும் ஆங்கிலத்தில் வினைத்தொடரின் முதலிலும் வருவதை நாம் பார்க்கலாம்.

74. Saussure [laid the foundation of structural linguistics]

75. Bharathi's songs [revolutionized the modern Tamil]

76. The Govt. of India [declared Tamil as a classical language in 2004]

laid, revolutionized, declared போன்ற வினைகள் *laid the foundation of structural linguistics, revolutionized the modern Tamil, declared Tamil as a classical language in 2004* போன்ற வினைத்தொடர்களின் தொடக்கத்தில் வருவதை நாம் காண்கிறோம். வினைத்தொடரில் தலைமைச் சொல்லான வினை, ஆங்கிலம் போன்ற மொழிகளில் தொடரின் முதலில் வருகிறது. இந்த வாக்கியங்களைத் தமிழில் மொழி பெயர்க்கும்போது வினை தொடர்களின் இறுதியில் வருவதை நாம் பார்க்கிறோம்.

77. *சசூர் [அமைப்பு மொழியியலின் அடித்தளத்தை நிறுவினார்]*

78. *பாரதியின் பாடல்கள் [தற்காலத் தமிழில் புரட்சியை ஏற்படுத்தின]*

79. *இந்திய அரசு [தமிழைச் செம்மொழியாக 2004ஆம் ஆண்டு அறிவித்தது]*

இந்த வாக்கியங்களில் *நிறுவினார், ஏற்படுத்தின, அறிவித்தது* போன்ற வினைகள் வினைத்தொடர்களின் இறுதியில் வருகின்றன. தமிழில் தொடர்களின் தலைமை இலக்கண வகை, தொடர்களின் இறுதியில் வருகிறது என்பது இதனால் தெளிவாகும்.

தொடர்களின் தலைமைச் சொல் தொடர்களில் எங்கு வருகிறது என்பதைக் கொண்டும் மொழிகள் வேறுபடுகின்றன. இதுவும் மொழிகளை வேறுபடுத்திக் காட்டுவதில் முக்கியமான இன்னொரு அளகையாகும். சோம்ஸ்கியும் சோம்ஸ்கியைச் சார்ந்தவர்களும் வேறு சில கூறுகளையும் இவ்வாறு காட்டுவார்கள். மொழிப் பொதுமைகளின் அடிப்படையிலேயே மொழிகளின் வேறுபாடு களையும் விவரிக்கிறார்கள்.

மாற்றிலக்கணம் இரண்டு செய்திகளை மையப்படுத்தி தன் ஆய்வை நகர்த்தியது. ஒன்று மாற்று விதிகளின் செயற்பாடுகள் எவ்வாறு தொடரியல் அமைப்பால் கட்டுப்படுத்தப்படுகின்றன என்பதை விவரிப்பது. நகர்வு விதி மட்டும் மாற்றிலக்கணத்தில் செயற்படுவதால் அவ்விதி எத்தகைய தொடரியல் கட்டுப்பாடுகளுக்கு உட்படுகின்றன என்பதை விவரிப்பதில் சோம்ஸ்கியும் அவரைச் சார்ந்தவர்களும் ஆர்வம் காட்டினார்கள். ஒரு குறிப்பிட்ட மொழியின் தரவுகளைக் கொண்டு அவர்கள் கொள்கைகளை நிறுவினாலும் அவை உலகிலுள்ள மற்ற மொழிகளுக்கும் பொருந்தும் என்பது அவர்களுடைய கருதுகோள். ஒரு மொழியின் தரவுகளே மொழிப் பொதுமைகளைக் கண்டுபிடித்து வழிகோல உதவும் என்பது அவர்களின் நம்பிக்கை. மாற்றிலக்கணம் ஒரு மொழியின் அமைப்பை விவரிப்பது என்பதோடு உலக மொழிகளில் காணப்படும் மொழிப் பொதுமைகளைக் கண்டுபிடிக்க வேண்டும் என்பதும் அதனுடைய மையக் குறிக்கோளாக ஆனது. உலகில் உள்ள மொழிகள் புறநிலையில் வேறுபாடுகள் நிறைந்ததாகக் காணப்பட்டாலும் அவை இன்னொரு நிலையில் ஒற்றுமைக் கூறுகள் நிறைந்ததாகக் காணப்படுகின்றன. அமைப்பு மொழியியல், உலகில் உள்ள மொழிகள் எவ்வாறு மாறுபடும் என்பதை நாம் வரையறுத்துக் கூறமுடியாது என்ற கருத்தை முன்வைத்தது. ஆனால், மாற்றிலக்கணம் உலகிலுள்ள மொழிகள் மாறுபடுவதை, சில கொள்கைகளின் அடிப்படையில் வரையறுத்துக் கூறுவதற்குரிய முயற்சியை மேற்கொண்டது. இந்தக் குறிக்கோள்களை முன்னிறுத்தி உருவாக்கியதுதான் கொள்கைகளும் அளகைகளும் (Principles and Parameters) என்ற முன்மாதிரி. இந்த முன்மாதிரி மொழிகளின் வேறுபாடுகளை கொள்கைகளின் அடிப்படையில் விளக்க முற்படுகிறது.

கொள்கைகளும் அளகைகளும்

கொள்கைகளும் அளகைகளும் என்ற முன்மாதிரி மொழியியலில் இன்னொரு முக்கிய திருப்பத்தைக் கொண்டுவந்தது. மாற்றிலக்கணம் இதுவரை இலக்கணத்தை ஒரு விதிகளின் ஒழுங்கமைவு என்று வரையறுத்து வந்தது. இக்கண்ணோட்டத்தில் ஒரு பெரிய திருப்பம் ஏற்பட்டது. விதிகளின் இடத்தைக் கொள்கைகள் (principles) பிடித்துக்கொண்டன. இலக்கணம் என்பது விதிகளின் தொகுதி என்ற கண்ணோட்டம் நீக்கப்பட்டு அது அடிப்படையான சில கொள்கைகளையும் அளகைகளையும் கொண்டது என்ற

கண்ணோட்டம் ஏற்றுக் கொள்ளப்பட்டது. அமைப்பு மொழியியல் கோட்பாட்டிலிருந்து மாற்றிலக்கணம் எத்தகைய புரட்சியை செய்ததோ அத்தகைய புரட்சியைக் கொள்கைகளும் அளகைகளும் என்ற முன்மாதிரி ஏற்படுத்தியதாக மாற்றிலக்கணக்காரர்கள் கருதுகிறார்கள். மாற்றிலக்கணக் கோட்பாட்டில் அது ஒரு முக்கிய திருப்பமாகக் கருதப்படுகிறது. அதனால் ஏற்பட்ட பாதிப்பையும் மாற்றங்களையும் நாம் சுருக்கமாக விளக்குவோம்.

நாம், எவ்வாறு சோம்ஸ்கியும் அவரைச் சார்ந்தவர்களும் மாற்றிலக்கண விதிகளைக் குறைத்து தொடரியல் கட்டுப்பாடுகளைக் கண்டுபிடித்தார்கள் என்பதை விளக்கினோம். விதிகளைக் குறைப்பது மட்டும் நோக்கமல்ல; விதிகளைக் குறைப்பதன் பின்னணியில் தொடரியல் கட்டுப்பாடுகளான கொள்கைகள் கண்டுபிடிக்கப் படுவதும் நோக்கமாகும். தனி மொழிகளின் பொதுமைகளைக் கண்டுபிடிக்கும் நோக்கத்திலிருந்து இயற்கை மொழிகளின் பொதுமைகளான கொள்கைகளைக் கண்டுபிடிப்பது ஆய்வின் மையமாக அமைந்தது. இன்னொரு புறம் விதிகளின் குறைப்பு தொடரியலின் மொழிப் பொதுமைகளைத் தேடும் பயணமாக அமைந்தது. அதற்கு வலுசேர்க்கும் விதமாக இன்னொரு நிகழ்வையும் நாம் குறிப்பிடலாம். அது தொடரமைப்பு விதிகளின் இயல்பை ஆராய்ந்த ஆய்வின் போக்கு.

தொடரமைப்பு விதிகளை அகற்றும் முயற்சி

தொடரமைப்பு விதிகள் உருவாக்கித் தரும் அக அமைப்பின்மேல் மாற்று விதிகள் செயல்பட்டு வாக்கியத்தின் புற அமைப்பை வருவிப்பதாக நாம் மாற்றிலக்கணத்தை விவரித்திருந்தோம். தொடரமைப்பு விதிகள் ஒவ்வொரு மொழியிலும் உள்ள வாக்கியங்களினுடைய தொடர்களின் அமைப்பை விவரிக்கின்றன. தொடரமைப்பு விதிகளுக்கும் கட்டுப்பாடுகள் உண்டு என்பதை நாம் முன்னரே கண்டோம். பல்வேறு மொழிகளில் காணப்படும் தொடரமைப்பு விதிகளை நாம் ஒப்பிடும்போது சில பொதுமை களைக் காணமுடிகிறது. நாம் அவற்றை விளக்க முற்படுவோம். தொடரமைப்பு விதிகளிடையே காணப்படும் பொதுமைகளின் அடிப்படையில் விதி உருக்கள் (rule schemata) உருவாக்கப்பட்டன. எல்லாத் தொடரமைப்பு விதிகளும் தலைமை இலக்கண வகையைக் கொண்டிருக்கும். சான்றாக, பெயர்த்தொடர் பெயரைத் தலைமையாகக்

கொண்டிருக்கும்; அதேபோல், வினைத்தொடரில் வினை தலைமை வகிக்கும். அவ்வாறே எந்த இலக்கண வகை தலைமையாக உள்ளதோ அதன் பெயரில் தொடரின் பெயர் அமைந்திருக்கும். அதனால்தான், நாம் தொடர்களைப் பெயர்த்தொடர் என்றும் வினைத்தொடர் என்றும் பெயரடைத் தொடர் என்றும் வினையடைத் தொடர் என்றும் அழைக்கிறோம். ஆகையால், எல்லாத் தொடர்களிலும் தலைமைப் பகுப்பைச் சார்ந்த இலக்கண வகை ஒன்றிருக்கும். தலைமை இலக்கண வகை தொடர்களில் இருப்பது கட்டாயம். அது பொதுவாக எல்லா மொழிகளிலும் காணப்படும் தொடரமைப்பு விதிகளின் பண்பு. மொழிகளிடையே சில நேரங்களில் வேறுபாடுகள் காணப்படக்கூடும். ஆங்கிலம் போன்ற மொழிகளில் தொடர்களின் தலைமை சொல்லாக வரும்போது, தமிழ் போன்ற வேறு சில மொழிகளில் ஒட்டாக வருவதும் உண்டு. அத்தகைய சிறு சிறு வேறுபாடுகள் மொழிகளுக்கு இடையே காணப்பட்டாலும் தொடர்களில் தலைமையாகச் சொல்லோ ஒட்டோ இருக்கவேண்டும் என்பது கட்டாயம். ஆங்கிலத்தில்,

80. the tallest boy in the class

81. the professor of linguistics

82. fond of ice cream

83. independent of me

84. looked into the matter

85. ran down the road

86. right from the corner

87. in the room

88. at the office

என்னும் தொடர்கள் வேறு சில தொடர்களைத் தங்களுடைய உறுப்பாகக் கொண்டிருக்கும். தொடர் (80) பெயர்த்தொடர். இந்தத் தொடருக்குள் வேற்றுமைத் தொடர் ஓருறுப்பாக வந்துள்ளது. வேற்றுமைத் தொடர் பல்வேறு தொடர்களின் உறுப்பாக வருவதை நாம் பார்க்க முடிகிறது. தொடர்கள் (84), (85)இல் வேற்றுமைத் தொடர்கள் வினைத்தொடர்களின் உறுப்புகளாக வருவதை நாம் காணலாம். இத்தகைய போக்கைத் தமிழிலும் பார்க்கலாம்.

89. *நம்மில் பலர்*

90. மக்களில் பெரும்பாலோர்
91. வீட்டுக்குப் பெரியவர்
92. தம்பிக்கு அண்ணன்

போன்றவைகளில் வேற்றுமைத் தொடர்கள் பெயர்த்தொடர்களின் உறுப்பாக வந்துள்ளன. அதேபோல், வினையை மையமாகக் கொண்ட வினைத்தொடரிலும் பெயர்த்தொடரையும் வேற்றுமைத் தொடரையும் நாம் காணலாம்.

93. பழம் சாப்பிட்டான்
94. அந்த உயரமான பையனைப் பார்த்தேன்
95. என்னுடைய வீட்டுக்குப் போனார்
96. காலையில் மிக வேகமாக ஓடினார்

இங்கு வினையைத் தலைமையாகக் கொண்ட தொடர்கள் பெயர்த் தொடர்களையும் வேற்றுமைத் தொடர்களையும் கொண்டுள்ளன. நாம் இங்கு இரு செய்திகளைக் கவனத்தில் கொள்ள வேண்டும். எல்லா வகையான தொடர்களின் தலைமைச் சொற்களும் பொதுவாகச் சில தொடர்களை ஏற்று வருகின்றன. இதனைப் பின்வருமாறு சுட்டலாம்:

97. PP NP
98. PP NP NP
98. PP V
99. PP NP V

ஒரு தொடருக்குள் ஒன்று அல்லது ஒன்றுக்கு மேற்பட்ட தொடர்கள் உள்ளுறுப்புகளாகச் செயற்படுகின்றன. மேலே காட்டப்பட்டுள்ள தொடர்களின் பெயர்கள் அமைப்பை சார்ந்தவை; நாம் இப்போது இத்தொடர்களினுடைய செயல்பாடுகளின் அடிப்படை யிலும் (function) சில கலைச்சொற்களை அறிமுகப்படுத்த வேண்டிய நிலையில் இருக்கிறோம். ஒன்றுக்கு மேற்பட்ட தொடர்கள் ஒரு தொடருக்குள் உறுப்புகளாக இருக்கும்போது அவற்றிற்கு இடையிலான உறவின் நெருக்கம் மாறுபட்டு அமைய வாய்ப்புள்ளது.

சான்றாக, செயப்படுபொருளை உணர்த்தும் வேற்றுமைத் தொடர் இடப் பொருளை உணர்த்தும் வேற்றுமைத் தொடரைவிட வினையுடன் நெருக்கமான உறவுகொண்டது. மூன்றுவித செயல்பாட்டு உறவுகளை (functional relation) நாம் இங்குக் குறிப்பிடலாம்: 1. தலைமை உறவு (head relation), 2. நிரப்பிய உறவு (complement relation), 3. சுட்டுறவு (specifier relation). இந்த மூன்று செயல்பாட்டு உறவுகளும் வாக்கியத்திற் குள்ளோ தொடருக்குள்ளோ மற்ற தொடர்கள் வரும் இடங்களைப் பொருத்து வரையறுக்கப்படுகின்றன.

இந்த மூன்று வகை உறவுகளும் தொடரமைப்பு விதிகளால் உருவாக்கப்படுபவை அல்ல. தொடரமைப்புக்குள் உள்ளுறுப்புகள் வருகின்ற இடத்தைப் பொருத்து இவ்வுறவுகள் வரையறுக்கப்படு கின்றன. நாம் இந்தக் கருத்தைத் தெளிவுபடுத்தும் முன் இன்னொரு செய்தியையும் சுருக்கமாக விளக்கிவிடுவோம். பொதுவாக, மாற்றிலக்கணத்தில் இருவகை இலக்கண வகைப்பாடுகளைப் பிரித்துப்பார்ப்பார்கள். முதலாவது: அமைப்பு வகைப்பாடு (structural category); இரண்டாவது: செயற்பாட்டு வகைப்பாடு (functional category). தொடரமைப்பு விதிகள் உருவாக்கும் தொடர்கள் அமைப்பு வகைப்பாடுகளைக் கொண்டிருக்கும். அந்த விதிகள் செயற்பாட்டு வகைப்பாட்டைத் தோற்றுவிக்காது. எழுவாய், செயப்படுபொருள் போன்ற செயற்பாட்டு வகைப்பாடுகளைத் தொடரமைப்பு விதிகள் தோற்றுவிக்காது என்பதைச் சோம்ஸ்கி, தம்முடைய தொடரியல் கோட்பாட்டின் கூறுகள் என்ற நூலில் 1965 ஆண்டிலேயே குறிப்பிட்டுள்ளார். எழுவாய், செயப்படுபொருள் போன்ற செயற்பாட்டு வகைப்பாடுகள் அவை வாக்கியங்களில் வரும் இடத்தைக் கொண்டு வரையறுக்கப்படுகின்றன. சான்றாக,

100. Dr. Manmohan Singh met Mrs. Sonia Gandhi

101. மத்திய அரசின் பொருளாதாரக் கொள்கை மத்தியதர மக்களைப் பாதிக்கிறது

என்ற வாக்கியங்களில், வாக்கியம் (100)இல் Dr. Manmohan Singh என்ற பெயர்த் தொடரும் Mrs. Sonia Gandhi என்ற பெயர்த்தொடரும் தொடரமைப்பு விதிகளால் தோற்றுவிக்கப்படுகின்றன. ஆனால் Dr. Manmohan Singh என்ற பெயர்த்தொடர் எழுவாயாகவும் Mrs. Sonia Gandhi என்ற பெயர்த்தொடர் செயப்படுபொருளாகவும் செயல்படுகின்றன. அத்தகைய செயல்பாட்டு வகைப்பாடுகளை எவ்வாறு காட்டுவது? இந்த வாக்கியத்தின் அமைப்பைப் பின்வரும் விளக்கப்படம் காட்டும். மொழியில் வரும் வாக்கியங்களில் அமைந்துகிடக்கின்ற உறுப்புகளுக்கு இடையே இருவித உறவுகள் உள்ளன என்று நாம் முன்பு குறிப்பிட்டுள்ளோம். அவை அடுக்கு நிலை உறவும் உறுப்பமைவு உறவும் ஆகும். இவ்விரு வகையான உறவுகளோடு இன்னொரு வகையான உறவையும்

வாக்கிய உறுப்புகளுக்கு இடையே நாம் காண்கிறோம். அதனைப் படிநிலை உறவு (hierarchical relation) என்று நாம் கூறலாம். மேலே கொடுக்கப்பட்டுள்ள வாக்கியத்தில் உள்ள NP_1-உம் NP_2-உம் பெயர்த் தொடர்கள் என்றாலும் அவை வெவ்வேறு செயற்பாட்டு வகைப் பாடுகளைச் சார்ந்தவை.

NP_1 என்பது S என்ற குறியீட்டின் நேரடி ஆளுகையின் கீழும், NP_2 என்பது VP என்ற குறியீட்டின் நேரடி ஆளுகையின் கீழும் உள்ளன. S என்ற குறியீட்டின் நேரடி ஆளுகையின்கீழ் உள்ள NP_1 எழுவாய் என்றும் VP என்ற குறியீட்டின் நேரடி ஆளுகையின்கீழ் உள்ள NP_2 செயப்படுபொருள் என்றும் வரையறுக்கப்படுகின்றன.

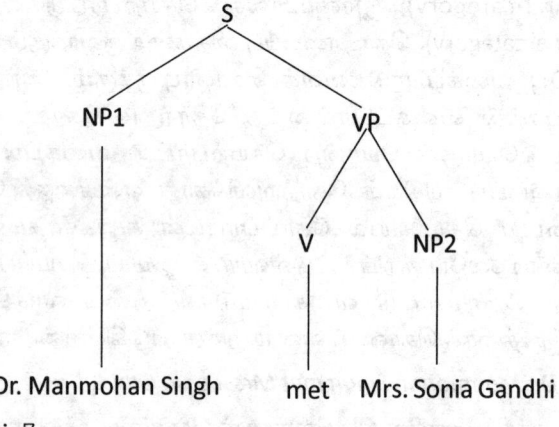

விளக்கப்படம் 7.

வாக்கியத்தில் வரும் செயல்பாட்டு வகைப்பாடுகள் அவை படிநிலை அமைப்பில் (hierarchical structure) வரும் இடத்தைக் கொண்டு வரையறுக்கப்படுகின்றன. அமைப்பு வகைப்பாடுகள் தொடரமைப்பு விதிகளால் தோற்றுவிக்கப்படுகின்றன; செயல்பாட்டு வகைப்பாடுகள் அவை தொடரமைப்பில் வரும் இடங்களின் அடிப்படையிலும் படிநிலையில் அவை அமைந்துள்ள இடங்களின் அடிப்படையிலும் வரையறுக்கப்படுகின்றன. அதே நிலையை கொள்கைகளும் அளகைகளும் என்ற முன்மாதிரியிலும் நாம் பார்க்கிறோம். இந்த முன்மாதிரியில் எழுவாய், செயப்படுபொருள் போன்ற செயல்பாட்டு வகைப்பாடுகளுடன் நிரப்பி (complement), சுட்டு (specifier), தலைமை போன்ற செயல்பாட்டு வகைப் பாடுகளின் முக்கியத்துவமும் உணரப்பட்டது. ஒரு முக்கியமான திருப்பம் என்று

நாம் குறிப்பிடுவது அமைப்பு வகைப்பாடுகளுடன் செயற்பாட்டு வகைப்பாடுகளின் முக்கியத்துவமும் உணரப்பட்டதுதான். அந்தச் செயற்பாட்டு வகைப்பாடுகளின் முக்கியத்துவத்தால் தொடரமைப்பு விதிகளின் உறுப்புகளும் இந்த மூன்று செயல்பாட்டு வகைப் பாட்டுக்குள் அடங்கிவிடும். வாக்கியத்தின் எல்லா நிலை களிலும் வரும் உறுப்புகளை இந்த மூன்று செயல்பாட்டு வகைப்பாட்டுக்குள் அடக்கிவிடலாம். இதனை நாம் சான்றுகள் கொண்டு விளக்குவோம்.

102. குமார் அந்தப் பெரிய பையனை அடித்தான்

103. சோம்ஸ்கி அமெரிக்காவின் அயல்நாட்டுக் கொள்கையை விமர்சிக்கிறார்

எனும் இந்த வாக்கியங்களில் உள்ள வினைத்தொடர்களைப் பார்த்தால், நாம் மேலே சொன்ன கருத்துகள் தெளிவாகும். இதனை இங்கு N", N', N, V", V', V, P", P', P, Adj.P" போன்ற குறியீடுகள் வந்துள்ளன. இவை தொடரமைப்பின் முக்கிய அமைப்பை விளக்குகின்றன. நாம் இங்கு ஒரு முக்கிய செய்தியைக் குறிப்பிட வேண்டும். தொடரமைப்பில் படிநிலை அமைப்பு உள்ளது என்பதை அண்மை உறுப்புப் பகுப்பாய்வை மேற்கொண்ட மொழியியலார் உணர்ந்திருந்தார்கள்.

தொடரமைப்பின் தொடக்கக் குறியீட்டிற்கும் இறுதிக் குறியீடு களுக்கும் இடையில் பல படிநிலை அமைப்புகள் அமைந்துள்ளன என்பதை மாற்றிலக்கணக்காரர்கள் இடையில் மறந்துவிட்டார்கள். ஹேரிஸ் தம்முடைய கட்டுரைகளில் அத்தகைய இடைநிலை அமைப்புகளை தொடரமைப்புக் குறியீடுகளுக்குத் துணைக்குறிகள் அளித்துச் சுட்டினார்.

சான்றாக, N^1, N^0, V^1, V^0, A^1, A^0 போன்ற குறியீடுகளின் மூலம் தொடர்களின் இடைநிலையில் அமைந்துள்ள படிநிலை அமைப்புகள் சுட்டப்பட்டன. அதனுடைய இருப்பை உணர்ந்த மாற்றிலக்கணக் காரர்கள் தொடரமைப்பு விதிகளில் சில மாற்றங்களைக் கொண்டு வந்தார்கள். எல்லாத் தொடரமைப்பு விதிகளின் குறியீடுகளுக்கும் துணைக்குறியீடுகள் கொடுக்கப்பட்டன. அவை தலைமைக் குறியீடு களுக்குமேல் ஒரு சிறுகோட்டையோ இரு சிறுகோடுகளையோ இட்டுக்காட்டுவது; மாற்றாக, தலைமைக் குறியீடுகளுக்குப் பக்கத்தில் ஒரு மேற்கோள் குறியையோ அல்லது இரு மேற்கோள்

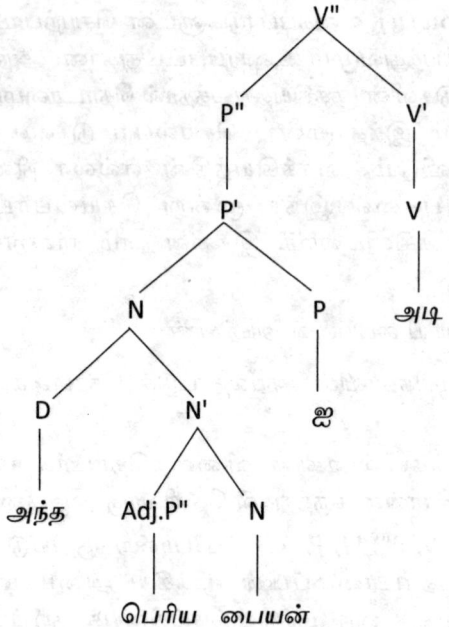

விளக்கப்படம் 8.

குறிகளையோ இட்டுக்காட்டுவது என விரியும். இரண்டாவது முறையை நாம் மேலே கொடுத்துள்ளோம். முதல் முறையில் குறியீடுகளைப் பின்வருமாறு காட்டலாம்.

= = = =   - - -
   N V A P   N V A P   N V A P

தொடர் என்பது ஒரு தலைமை வகைப்பாட்டையும் பிற அமைப்பு வகைப்பாடுகளையும் உள்ளடக்கியது என்ற கருத்து முன்வைக்கப் பட்டது. ஒவ்வொரு தொடரும் இடைநிலையிலான சில படியமைப்புகளைக் கொண்டது என்ற பழைய கருத்து மீண்டும் கவனத்திற்குக் கொண்டுவரப்பட்டது. இவ்விடைநிலை அமைப்பு களைச் சுட்டிக்காட்ட மேல் கோடு (—) அல்லது மேற்கோள் குறியீடு (') பயன்படுத்தப்பட்டது. பல்வேறு தொடர்களின் தலைமை வகைப்பாட்டை X என்ற குறியீடு மூலம் மாற்றிலக்கணக்காரர்கள் சுட்டுகிறார்கள். அந்தக் கோட்பாட்டை ஆங்கிலத்தில் X-bar syntax என்று கூறுவார்கள். நாம் அதனைத் தமிழில் X -மேல்கோட்டுத் தொடரியல் கோட்பாடு (theory of X - bar syntax) என்று கூறலாம்.

மாற்றிலக்கணக் கோட்பாடு அந்தக் காலகட்டத்தில் ஒரு முக்கியமான மாற்றத்திற்கு உள்ளானது. தனிப்பட்ட மொழிகளை எவ்வாறு நிறைவாக விவரிப்பது என்ற முயற்சியோடு மொழிகளுக்கு இடையிலான பொதுமைகளை வெளிக்கொணர்வதில் அது மிகுந்த அக்கறை காட்டியது. மாற்றிலக்கண வரலாற்றில் அது ஒரு குறிப்பிடத் தக்க மாற்றமாகும். விதிகளைக் குறைக்கின்ற நோக்கிலிருந்து விதிகளை நீக்குகின்ற போக்கு உருவானது. தனி மொழிகளின் அமைப்பைத் தோற்றுவிக்கப் பயன்படுத்தப்பட்ட விதிகள் மொழிப் பொதுமைகளாக மாற்றப்பட்டன. ஆக்கமுறை இலக்கணம் தனி மொழிகளின் அமைப்பை நிறைவாக விளக்க வேண்டும் என்ற நோக்கோடு உலகில் உள்ள மொழிகளின் பொதுத் தன்மைகளை வெளிக்கொணர வேண்டும் என்ற குறிக்கோளை நோக்கி நகர்ந்தது. இங்கு விதிகள் முற்றிலும் நீக்கப்பட்டு விதிகள் செயல்படுகின்ற கட்டுப்பாடுகள் மையப்படுத்தப்பட்டன. ஆக்கமுறை இலக்கண வரலாற்றில் அது ஒரு முக்கியமான திருப்பு மையம்.

குறுமை நிரல் (Minimalist Programme)

நாம் முன்பு குறிப்பிட்டது போல சிக்கனக் கொள்கை ஆக்கமுறை இலக்கணக் கோட்பாட்டு வளர்ச்சியில் முக்கிய பங்கு வகிக்கிறது. ஒவ்வொரு முன்மாதிரி முன்வைக்கப்படும் போதும் அந்த முன்மாதிரி ஏன் சிறந்தது என்பதற்குச் சிக்கனக் கொள்கை ஒரு வாதமாக வைக்கப்பட்டுள்ளது. அந்த நிலையில் 1995ஆம் ஆண்டு சோம்ஸ்கி இன்னொரு முன்மாதிரியை முன்வைத்தார். அதனைக் குறுமை நிரல் என்று நாம் தற்காலிகமாகப் பெயரிடுவோம். நாம் விரிவாக அந்த முன்மாதிரியைப் பற்றிப் பேசாமல் அதனுடைய முக்கியக் கூறுகளை மட்டும் குறிப்பிடுவோம். ஒரு இலக்கணத்தில் பல பகுதிகள் உள்ளன. மாற்றிலக்கணத்தை வரலாற்றுக் கண்ணோட்டத்தில் நாம் பார்க்கும் போது சில செய்திகள் நமக்குத் தெரியவரும்.

கோட்பாட்டு வளர்ச்சியில் இரண்டு செய்திகள் ஆரம்ப கால கட்டத்திலிருந்தே வற்புறுத்தப்பட்டு வந்திருக்கின்றன. ஒன்று மொழியின் அமைப்பை முற்றிலுமாக விளக்குதல்; இன்னொன்று மொழியின் அமைப்பை விளக்கும் கோட்பாடு குறைந்த அளவு கருத்துக் கருவிகளை (conceptual tools) கொண்டிருத்தல். முன்னையது கருத்துக் கருவிகளை அதிகரிக்கும். இரண்டாவது அவற்றையும் அவற்றின் ஆற்றலையும் ஒரு கட்டுக்குள் கொண்டுவர முயலும்.

அவ்விரு போக்குகளையும் நாம் மாற்றிலக்கண வளர்ச்சியில் காண்கிறோம். மாற்றிலக்கணக் கோட்பாட்டிற்குள் உருவாகிய உட்குழுக்கள் அவ்விரு பொதுமைகளையும் அடித்தளமாகக் கொண்டு தங்கள் முன்மாதிரிகளை உருவாக்கின. ஒருபக்கம் அமைப்பு வகைப்பாடுகளைக் குறைக்கின்ற போக்கையும் இன்னொரு பக்கம் விதிகளைக் குறைக்கின்ற போக்கையும் நாம் முன்பே பார்த்தோம்.

சொற்களஞ்சியம் (lexicon) என்ற பகுதி தரக் கோட்பாடு உருவாகிய காலத்திலேயே இலக்கணத்தின் பகுதியாக அறிமுகப்படுத்தப் பட்டது. மாற்று விதிகளின் ஆற்றலைக் குறைக்கும் முயற்சி மேற்கொள்ளப்பட்ட போது சொற்களஞ்சியத்தின் செயல்பாடு அதிகரிக்கப்பட்டது. தனி மொழிகளின் அமைப்பு குறித்த செய்திகள் சொற்களஞ்சியத்திலும் உலக மொழிகளின் மொழிப் பொதுமைகள் குறித்த கட்டுப்பாடுகள் மாற்று விதிகளின் பகுதியாகவும் கோட்பாட்டில் கட்டமைக்கப்பட்டன. சிக்கனக் கொள்கையைப் பின்பற்றிப் பொருண்மையியலார், தொடரியல் சார்ந்த அக அமைப்பு என்ற நிலை தேவையில்லை என்று வாதிட்டார்கள். பொருண்மைப் பகுதிக்கும் தொடரியல் பகுதிக்கும் இடையிலான அக அமைப்பு என்ற நிலையைத் தங்கள் இலக்கண முன்மாதிரியில் நீக்கிவிட்டார்கள்.

சிக்கனக் கொள்கையின் அடிப்படையில் அவர்களுடைய இலக்கணம் சிறந்தது என்று அவர்கள் வாதிட்டார்கள். அமைப்பு வகைப்பாடுகளையும் விதிகளின் எண்ணிக்கையையும் குறைக்கின்ற போக்கோடு இலக்கண அமைப்பின் நிலைகளைக் குறைப்பதும் சிக்கனக் கொள்கையின் பகுதியாக வாதிடப்பட்டது. இலக்கணத்தின் ஒரு பகுதியைக் குறைப்பது அதனுடைய இன்னொரு பகுதியின் ஆற்றலைக் கூட்டுகின்ற முறையில் அமைய வாய்ப்பு உள்ளது என்று சோம்ஸ்கி குறிப்பிடுகிறார். இலக்கணத்தின் பல்வேறு பகுதிகளும் சீர்மையாக அமைந்து செயல்பட வேண்டும்.

கொள்கைகளும் அளகைகளும் என்ற முன்மாதிரியிலிருந்து குறுமை நிரல் என்ற முன்மாதிரி உருவாகியது. இந்த முன்மாதிரியில் அக அமைப்பு என்ற நிலை நீக்கப்பட்டது. இந்த முன்மாதிரியில் சொற்களஞ்சியம் ஆற்றல் மிக்கதாக அமைந்துள்ளது. சொற் களஞ்சியத்தின் ஒவ்வொரு சொல்லும் மூன்று வகையான செய்திகளை உட்கொண்டிருக்கிறது: i.சொல்லின் உச்சரிப்பு குறித்த செய்திகள்; ii. சொல்லின் தொடரமைப்பு குறித்த செய்திகள்; iii.சொல்லின் பொருண்மை குறித்த செய்திகள். சொற்களஞ்சியத்தில் கொடுக்கப்

பட்டுள்ள செய்திகளைக் கொண்டு தொடரமைப்பு உருவாக்கப் படுகிறது. நகர்வு விதி தேவையான உறுப்புகளை உரிய இடங்களுக்கு நகர்த்தும். இவ்வாறு உருவாக்கப்பட்ட தொடரமைப்பின் மீது பொருள்கோள் விதிகள் செயல்பட்டு தர்க்க வடிவை அவை தரும். இது தொடரமைப்பிலிருந்து பொருண்மையை நோக்கிச் செல்லும் பாதை; இன்னொரு புறம் இந்தத் தொடரமைப்பு ஒலியனியல் பகுதியின் உள்ளீடாகி ஒலியனியல் விதிகள் செயல்பட்டு ஒலி வடிவை உருவாக்கும். இந்த முன்மாதிரியில் விதிகளும் அக அமைப்பு என்ற நிலையும் நீக்கப்படுகின்றன. குறைந்த கருத்துக் கருவிகளையும் நிலைகளையும் கொண்டு இந்த முன்மாதிரி செயல்படுகிறது. இதைப் பற்றி விரிவாகப் பேசாமல் இந்த இயலை நாம் முடித்துக் கொள்ளலாம்.

குறிப்புகள்

1 ஆக்கமுறை ஒலியனியல் கோட்பாட்டை அடிப்படையாகக் கொண்டு தமிழின் எழுத்து மொழிக்கும் பேச்சு மொழிக்கும் உள்ள வேறுபாட்டை இராமசாமி (1997) விவரித்துள்ளார்.

2 மொழியின் ஒவ்வொரு சொல்லுக்கும் அறிவியல்பூர்வமான பொருளைக் கொடுக்க, மொழி பேசுவோனின் உலகத்தில் உள்ள பொருட்களை அறிவியல் பூர்வாக நாம் தெரிந்திருக்க வேண்டும். ஆனால், அது குறித்த அறிவு நமக்கு மிகக் குறைவு. அறிவியல் பூர்வமான அறிவை நாம் பெற்றிருக்கும் போது மட்டும்தான், பேச்சு வடிவங்களின் பொருளை நம்மால் வரையறுக்க இயலும் (Bloomfield 1933:139).

3 இந்த ஆய்வு நீண்ட காலமாக அச்சில் வராமல் ஆனால் ஆய்வுக் கட்டுரைகளில் மட்டும் குறிப்பிடப்பட்டிருந்தது. எம்ஐடி நிறுவனம் முதலில் இதை அச்சிட மறுத்துவிட்டது. சோம்ஸ்கி அப்போது நன்கு அறிமுகம் ஆகாத நிலையிலும் அமைப்பு மொழியியல் கோட்பாடு ஆதிக்கம் பெற்றிருந்த நிலையிலும் இவ்வாய்வு ஏற்றுக்கொள்ளப்படாததில் வியப்பு ஒன்றுமில்லை. ஏறக்குறைய 20 ஆண்டுகளுக்குப் பிறகு இது அச்சில் வந்தது.

3
சோம்ஸ்கியின் மொழிசார் உளவியல்

அறிவுலகத்திற்குத் துறைசார் பாகுபாடுகள் கிடையாது. அவை நாமாக ஏற்படுத்திக்கொண்டவை. பொருளாதாரம், சமூகவியல், மானிடவியல், மொழியியல் போன்ற துறைசார் பாகுபாடுகள் ஆய்வின் எல்லைகளைச் சுருக்குவதற்கும் தெளிவான கோட்பாடுகளையும் பொதுமைகளையும் உருவாக்குவதற்கும் தேவைப்படுகின்றன. மொழியியலுக்கும் உளவியலுக்கும் உள்ள தொடர்புகளை நாம் இங்கு விவரிக்க முற்படுவோம். அமைப்பு மொழியியல் கோட்பாட்டிலேயே இதற்கான வித்துகள் ஊன்றப்பட்டுவிட்டன. அமைப்பு மொழியியல் கோட்பாடு ஒரு மொழியின் ஒட்டுமொத்தப் பொதுமைகளைத் தேடினாலும் மொழி ஆய்வின் மீது உளவியலின் தாக்கத்தை நாம் ஒதுக்கித் தள்ளிவிட முடியாது. மேலோட்டமாகப் பார்க்கும்போது சமூகவியலின் தாக்கமும் மானிடவியலின் தாக்கமும் மட்டுமே மொழியியலின் மீது காணப்படுவது போல் தோன்றும்.

தொடக்க காலத்தில் மானிடவியல் அறிஞர்கள் மொழியியலில் அதிகமாகக் கவனம் செலுத்தினார்கள். அவர்களுடைய இனம் குறித்த ஆய்வில் மொழி முக்கிய பங்கு வகிக்கிறது என்பதை அவர்கள் உணர்ந்திருந்தார்கள். ஆகையால் மொழி அமைப்புக் குறித்து ஆராய அவர்கள் முற்பட்டார்கள். அது மொழியியல் கோட்பாட்டிற்கு முக்கிய பங்கு ஆற்றியது. வுர்ஃப், சபீர், போயஸ் போன்ற அறிஞர்கள் மொழியியல் கோட்பாட்டு வளர்ச்சிக்குப் பெரும் பங்களிப்புச் செய்தார்கள். அதே சமயத்தில், சபீர் போன்ற அறிஞர்கள் உளவியல் பின்புலத்தில் தங்கள் மொழி ஆய்வுகளை மேற்கொண்டனர். குறிப்பாக, சபீரின் ஒலியனியல் கொள்கைகளைப் பற்றிக் கூறலாம். மரபு இலக்கணக்காரர்கள் எவ்வாறு தங்கள் மொழிகளின் ஒலியன்களை வகுத்தார்கள் என்பதை அவர் அவர்கள் தங்கள்

உள்ளுணர்வின் மூலம் (intuition) குறிப்பிட்டார்கள் என்று கூறுகிறார். அவர்கள் தங்கள் மொழியில் உள்ள அடிப்படை ஒலியன்களை அறிந்திருந்தார்கள் என்று அவர் குறிப்பிடுகிறார். அது இலக்கணக் காரர்களுக்கு மட்டுமின்றி ஒரு மொழியைத் தாய்மொழியாகப் பேசுகின்ற அனைவருக்கும் பொருந்தும். அது உளவியல் அடிப்படை யிலான அணுகுமுறை. இந்தப் பின்னணியில் நாம் நம்முடைய மரபு இலக்கணங்களை அணுகலாம். ஒரு மொழியில் உள்ள ஒலியன்களைக் கண்டுபிடிக்க அவர்கள் எவ்விதக் காணும்வழி முறைகளைப் பின்பற்றினார்கள் என்பதற்குரிய குறிப்புகள் ஒன்றும் நமக்குக் கிடைக்கவில்லை. பொருளை வேறுபடுத்தும் ஒலிகளை வேண்டுமானால் அவர்கள் உணர்ந்திருக்கலாம். அதுவும் உள்ளுணர் வோடு சம்மந்தப்பட்டது. ஆகையால் ஒரு மொழியில் உள்ள ஒலியன்களை உளவியல் வழியாக அவர்கள் அணுகினார்கள்.

உளவியலில் இரு நிலைகள் உண்டு. முதல் வகை அணுகு முறையில் உள்ளுணர்வை ஆய்வில் அனுமதிப்பது. உள்ளுணர்வும் ஒருவகை தரவாகக் கருதப்படுகிறது. இரண்டாவது வகை அணுகு முறை, உள்ளுணர்வை ஆய்வில் அனுமதிக்காது. அது அகவய மானதால் அறிவியல்முறையைச் சார்ந்தது அல்ல என்று வேறு சில உளவியலார் வாதிடுவார்கள். உளவியல் என்பது சமூக அறிவியலின் பகுதி என்றும் அதன் ஆய்வு புறவயமாக அமைதல் வேண்டும் என்றும் அவர்கள் வற்புறுத்துவார்கள். அதனுடைய அணுகுமுறை புறவயமானது (objective). அந்த அணுகுமுறையை ஆதரித்து, அதை மொழியியலிலும் கடைபிடிக்க விரும்பியவர் புளூம்பீல்டு.

சபீரும் புளூம்பீல்டும் அமைப்பு மொழியியலின் கோட்பாடுகளை வளர்க்க முற்பட்டவர்கள். இருப்பினும் அவர்கள் கடைபிடித்த உளவியல் அணுகுமுறைகள் எதிர்மாறானவை. சபீர் மனித மனத்தின் உள்ளுணர்வுக்கு முக்கியத்துவம் கொடுத்து மொழி ஆய்வை முன்னுக்கு எடுத்துச் சென்றார். ஆனால் புளூம்பீல்டு மனித மனத்தின் உள்ளுணர்வைப் புறந்தள்ளி மொழி ஆய்வை முன்னெடுத்துச் செல்ல வேண்டும் என்பதை வற்புறுத்தினார். மொழி ஆய்வு புறவயமானது. மொழியை ஆய்வோன் தன்னுடைய எவ்வித உள்ளுணர்வையும் ஆய்வில் கொண்டுவரக் கூடாது. மொழியைப் பேசுவோனிடமிருந்து மட்டும் மொழித் தரவுகளைச் சேகரிக்க வேண்டும். மொழியைப் பேசுவோனும் மொழியை ஆய்வோனும் தனித் தனித் தளங்களில் செயல்படுகிறார்கள். கோட்பாட்டு மொழியியல், கொடுக்கப்பட்ட

தரவுகளைக் கொண்டு மொழியின் அமைப்பை எவ்வாறு அறிவது என்பதற்குரிய கொள்கைகளையும் செயல்முறைகளையும் அளிக்க வேண்டும். மேலும் அந்தச் செயல்முறைகள் இயந்திர கதியில் (mechanical) கடைபிடிக்கக் கூடியதாக அமைதல் வேண்டும். மொழியை ஆய்வோன் தரவுகளைப்பற்றி எவ்விதத் தீர்ப்பையும் எடுக்கக் கூடாது. குறிப்பிட்ட தரவுகளையும் செயல்முறைகளையும் கொள்கைகளையும் கொடுத்தால், அம்மொழியின் அமைப்பை ஒரு கணினிகூட கொடுத்துவிட முடியும். இத்தகைய நிலையை அடைய மொழி அமைப்பை விவரிக்க முற்படும் கோட்பாடும் அதன் வழிமுறைகளும் புறவயமானதாகவும் இயந்திர கதியில் செயல்படக் கூடியதாகவும் வடிவமைத்தல் வேண்டும். அமைப்பு மொழியியலின் கோட்பாடு இத்தகைய தன்மை கொண்டதாக அமைய வேண்டும் என்று புளூம்பீல்டு விரும்பினார்.

ஆகையால்தான், அமைப்பு மொழியியல் கோட்பாடு ஆரம்ப காலகட்டத்தில் ஒரு மொழியின் ஒலியன்களைக் காணும் வழிமுறை களை உருவாக்குவதில் கவனம் செலுத்தியது. அவ்வழிமுறைகள் இயந்திர கதியில் செயல்படுவன. தரவுகளும் காணும் வழிமுறைகளும் கொடுக்கப்பட்டால், அந்த மொழியின் ஒலியன்கள் கண்டு பிடிக்கப்படும். அத்தகைய அணுகுமுறை அறிவியல் அணுகுமுறை என்று கருதப்பட்டது. மொழி ஆய்வு செய்வோரின் உள்ளுணர்வுக்கு எவ்விதப் பங்கும் இங்கு இல்லை. ஆய்வு புறவயமாக அமைந்துள்ளது. அந்த ஆய்வுமுறையே சொல்லின் அமைப்பை விவரிப்பதற்கும் வாக்கிய அமைப்பை விவரிப்பதற்கும் பயன் படுத்தப்பட்டது. மேலும் மொழியியல் ஒரு அறிவியல் துறையைச் சார்ந்தது என்பதை நிரூபிக்க அத்தகைய புறவய அணுகுமுறைகள் கட்டாயம் என்பது வலியுறுத்தப்பட்டது. இந்தப் பின்னணியில் பார்க்கும்போது புளூம்பீல்டு அவர்கள் பொருண்மையை ஏன் மொழி ஆய்வுக்குப் புறமாகக் கருதினார் என்பது தெளிவாகும்.

மொழியையும் புற உலகையும் தொடர்புபடுத்தும் பாலம் பொருண்மை. நாம் நம் உணர்வுகளையும் சிந்தனைகளையும் மொழியில் வெளிப்படுத்துவதோடு நம்மைச் சுற்றியுள்ள உலகைப் பற்றியும் உலகில் உள்ள பொருள்களைப் பற்றியும் நம்முடைய கருத்துகளைத் தெரிவிக்கிறோம். அதனால்தான், மொழியை ஒரு கருத்துப் பரிமாற்றக் கருவியாகச் சில அறிஞர்கள் கருதுகிறார்கள். ஒலியனியலும் உருபனியலும் தொடரியலும் மொழியின் மையத்

துணை ஒழுங்கமைவாகவும் (central subsystem) ஒலியியலும் பொருண்மையியலும் மொழியின் புறத் துணை ஒழுங்கமைவாகவும் (peripheral subsystem) பார்க்கப்படுகின்றன.[1] பொருண்மையியல் ஆய்வில் ஆய்வாளர்களின் உள்ளுணர்வு அதிக அளவில் பயன்படுத்தப் படுகிறது. மேலும் இந்த உலகத்தைப் பற்றிய அறிவு, அறிவியல் பூர்வமாக அமைந்தால்தான், பொருண்மை பற்றிய ஆய்வைத் தொடங்க இயலும் என்று ஃபுளூம்பீல்டு வற்புறுத்தினார்.[2] அந்தப் பின்புலத்தில் மொழியியலார் பொருண்மையியல் ஆய்வை மொழியியலுக்குப் புறமானதாகக் கருதினார்கள். அந்த மரபு அமைப்பு மொழியியல் ஆய்வில் பெரும் செல்வாக்கு செலுத்தியது. ஜெல்லிக் ஹேரிஸ், சார்லஸ் ஹாக்கெட், பெர்னாட் பிளாக் போன்ற அறிஞர்கள் அந்த மரபை வளர்த் தெடுத்தவர்கள் என்று நாம் கூறலாம். உளவியல், மொழியியல் மேல் செல்வாக்கு செலுத்தினாலும் மொழியியல் ஒரு தனித்துறையாக வளருவதற்குரிய கோட்பாட்டையும் கொள்கைகளையும் அணுகுமுறைகளையும் வளர்த்தெடுப்பதில் மொழியியலார் அதிக ஆர்வம் காட்டினார்கள். அந்தக் காலகட்டத்தில் மொழியியல் மற்ற சமூக அறிவியல்களுக்கு ஒரு முன்மாதிரியாகக் கருதப்பட்டது.

மொழி கற்றல்

அமைப்பு மொழியியல் கோட்பாட்டின் மீது உளவியலின் செல்வாக்கை மொழி கற்றல் கோட்பாட்டில் காணலாம். மொழி யியலின் ஆரம்ப கால வரலாறு மொழி கற்றலோடு மிக நெருங்கிய தொடர்பு உடையது. குறிப்பாக, அமெரிக்காவில் மொழியியல் வளர்ச்சியில் மொழி கற்றல் மிக முக்கிய பங்கு வகித்தது. உலகப் போரின்போது அமெரிக்க நாட்டின் படைவீரர்கள் பல்வேறு நாடுகளில் தங்கிப் போர்புரிய வேண்டியிருந்தது. அந்த நாட்டு மக்களின் மொழிகள் அவர்களுக்குத் தெரியாதது ஒரு பெருங் குறையாக இருந்தது. அப்போது மொழியியல் பின்னணியில் மொழியியலார் பல்வேறு மொழிகளின் அமைப்பை விவரித்து இலக்கணங்கள் எழுதிக் கொண்டிருந்தார்கள். மொழியியலார் படைவீரர்களுக்கு அந்த இலக்கணங்களின் துணையோடும் வேறு சில மொழிப் பாடங் களுடனும் குறுகிய கால பயிற்சிகளை அளித்து அந்தப் பகுதியின்/ நாட்டின் மொழிகளை அவர்களுக்குச் சொல்லிக்கொடுத்தார்கள். மொழியியலின் உதவியால் குறுகிய காலத்தில் ஒரு மொழியை மக்களுக்குக் கற்பிக்க முடியும் என்பது மொழியியலாரால் நிரூபித்துக்

காட்டப்பட்டது. அந்தக் காலகட்டத்தில் அமெரிக்க அரசுக்கு அது முக்கிய தேவையாக இருந்தது. அன்றைய அமெரிக்க சமூகத்தின் முக்கிய தேவையை நிறைவேற்றக்கூடிய கடமையில் மொழியியல் இருந்ததால்தான் அதன் வளர்ச்சியில் அமெரிக்க அரசு அக்கறை காட்டியது. உளவியலின் கற்றல் கொள்கைகளைத் தழுவி மொழியியல் மொழி கற்றல் கோட்பாட்டைக் கட்டமைத்தது. நாம் சில கொள்கை களை இங்குத் தொட்டுக்காட்டுவோம்.

நாம் மொழியைப் பழக்கத்தின் மூலம் கற்றுக்கொள்கிறோம் என்ற கொள்கையை அமைப்பு மொழியியல் கோட்பாடு ஏற்றுக்கொள்கிறது.[3] நாம் இக்கொள்கையைச் 'செந்தமிழும் நாப்பழக்கம்' என்ற பழமொழியுடன் ஒப்பிட்டுப் பார்க்கலாம். குழந்தைகள் இந்தப் பழக்கத்தைப் பெற்றோர்களைப் பார்த்து 'போலச் செய்தல்' (imitation) என்ற முறையில் கற்கிறார்கள். அதாவது குழந்தையின் தாய் உச்சரிக்கின்ற ஒலிகளையும் கூறுகின்ற சொற்களையும் கேட்டு அவற்றை அது உச்சரிக்கவும் கூறவும் செய்கிறது. தாய் குழந்தைக்கு முன்மாதிரியாக இருக்கிறார். குடும்பத்தில் உள்ள தந்தையும் உடன்பிறந்தோரும் அக்குழந்தைக்கு முன்மாதிரியாக அமைகிறார்கள். பெரியவர்களும் குழந்தைக்கு ஏற்ற முறையில் ஒலிகளையும் சொற்களையும் மெதுவாகவும் ஒருவித ஓசைநயத்துடனும் ஒலிக்கிறார்கள். சில நேரங்களில் அவர்கள் குழந்தையைப் போல் பேசுவதாகப் பாவித்துக்கொண்டும் பேசுகிறார்கள்.

குழந்தையின் உடல் வளர்ச்சியும் புலனறிவு வளர்ச்சியும் (cognitive development) ஒரு குறிப்பிட்ட முறையில் வெளிப் படுகின்றன. அவை இரண்டிற்கும் ஒரு நெருங்கிய தொடர்புள்ளது. அவை முன்னரே கணினியில் நிரல்கள் (programmes) அமைக்கப் படுவதுபோல் மனித மூளைக்குள் வடிவமைக்கப்பட்டுள்ளன. தொடக்க காலகட்டத்தில் குழந்தைகள் பல்வேறு ஒலிகளைத் தாமாகவே ஒலிக்கும் முயற்சியில் ஈடுபடுகின்றன. அது உடல் வளர்ச்சியின் (குறிப்பாக மூளை வளர்ச்சியின்) இயல்பான வெளிப்பாடு. எவ்வித உடல் குறைபாடும் இல்லாத குழந்தை ஒன்றரை வயதில் சொற்களைக் கற்றுக்கொண்டு அவற்றை வாக்கியங்களாகப் பயன்படுத்த முயற்சிசெய்கிறது. புறநடத்தை உளவியலை (behaviorial psychology) சார்ந்த அமைப்பு மொழியியல் குழந்தைகள் தூண்டல் (stimulus), எதிர்த்தூண்டல் (response) மூலம் அந்தச் சமூகத்தின் மொழியைக் கற்கிறார்கள் என்ற கொள்கையைக்

கொண்டுள்ளது. ஒரு குழந்தையின் கற்றல் நிகழ்வு தூண்டல்-எதிர்த்தூண்டல் ஆகியவற்றால் கட்டமைக்கப்படுகிறது. தூண்டலும் எதிர்த்தூண்டலும் குழந்தைக்குச் சமூகத்தின் புறச் சூழல்கள். குழந்தையின் மொழி கற்றல் நிகழ்வுக்கு அவை முக்கியமானவை; இத்தகைய சூழல்கள் அற்ற நிலையில் குழந்தை மொழியைக் கற்க இயலாது. குழந்தையின் மனம் எதுவும் எழுதப்படாத கரும்பலகை போல வெற்றானது (blank slate). புறச் சூழல்கள் ஒரு குழந்தையின் மொழி கற்றலைத் தீர்மானிக்கிறது. இன்னும் ஒரு படி மேலே சென்றால், மனிதனின் அறிவு இத்தகைய புறச் சூழல்களால் தீர்மானிக்கப்பட்டு வளர்ச்சியுறுகிறது. இது நம்மைத் தத்துவத்தின் பக்கம் அழைத்துச்செல்லும்.

இங்கு முக்கியமாக இரு செய்திகள் வலியுறுத்தப்படுகின்றன. குழந்தையின் மனம் வெறுமையானது. குழந்தைகளின் மொழி கற்றல் புறச் சூழல்களால் தீர்மானிக்கப்படுகிறது. அக்கற்றல் நிகழ்வில் தூண்டல்-எதிர்த்தூண்டலின் பங்கு முக்கியத்துவம் வாய்ந்தது. குழந்தை எந்தச் சமூகத்தில் பிறக்கிறதோ அந்தச் சமூகத்தின் மொழியைக் கற்றுக்கொள்கிறது. இந்நிகழ்வில் சமூகச் சூழல்கள் முக்கியப் பங்காற்றுகின்றன. மொழி கற்றல் இயற்கையாக நடைபெறுகிறது. சமூகச் சூழல்களிலிருந்து பிரிக்கப்படுகிற குழந்தை மொழியை இழக்கிறது. மொழி கற்றல், கணிதமும் அறிவியலும் கற்பதைப் போலவே நடைபெறுகிறது. கற்றல் கோட்பாடு (learning theory) எல்லாவற்றிற்கும் பொதுவாக அமைந்துள்ளது. மொழி கற்றலில் முக்கியமாகக் குறிப்பிடப்படுவது போலச் செய்தல், உச்சரிப்புப் பயிற்சி (drill), நினைவிருத்தல் (memorization) போன்றவை ஆகும். அவை மொழி கற்றலில் பெரும் பங்காற்றுகின்றன. ஸ்கின்னர் (Skinner) போன்ற உளவியலார் மொழி கற்றல் கோட்பாடுகளைப் புற நடத்தையியம் பின்னணியில் உருவாக்கினார்கள். அது பெரும்பாலான அமைப்பு மொழியியலாரால் ஏற்றுக்கொள்ளப்பட்டது. சோம்ஸ்கி ஆக்கமுறை இலக்கணத்தை உருவாக்கும்போது இருந்த நிலைமை அதுதான்.

சோம்ஸ்கியும் அமைப்பு மொழியியல் கோட்பாட்டுப் பின்னணியில் வந்தவர்தான். அவருடைய ஆசிரியர் ஜெல்லிக் ஹேரிஸ் அமைப்பு மொழியியல் கோட்பாட்டின் உருவாக்கத்தில் மிக முக்கியமானவர். சோம்ஸ்கியும் அமைப்பு மொழியியலுக்குள் காணும்வழி முறைகளைச் செழுமைப்படுத்தவும் கூர்மைப்படுத்தவும்

ஆரம்ப காலகட்டத்தில் முயற்சி மேற்கொண்டார். அமைப்பு மொழியியல் கோட்பாட்டிற்குள் ஹேரிஸ், மொழியின் தொடரியல் பகுதியையும் சொல்லாடல்களையும் (discourses) விவரிக்க முற்பட்டதை நாம் முன்பே சுட்டிக்காட்டியிருக்கிறோம். சோதனையாக, சோம்ஸ்கியும் மொழியின் தொடரியலை விவரிக்க முற்பட்ட முயற்சி இன்னொரு, முற்றிலும் மாறுபட்ட திசையில் பயணிக்க ஆரம்பித்தது. மாற்று விதிகளும் இலக்கணத்தின் ஒரு பகுதியாக அமைய வேண்டும் என்று தொடங்கிய முயற்சி மொழியின் இயல்பைப் பற்றியும் இலக்கணத்தின் தன்மையைப் பற்றியும் அடிப்படைக் கேள்விகளை எழுப்பியது. மொழியின் மையப் பண்பு அதன் படைப்பாற்றல்.[4] மொழியில் புதிய புதிய வாக்கியங்கள் படைக்கப்படுகின்றன என்ற கருத்து வலிமையாக முன்வைக்கப் பட்டது. மேலும் இலக்கணம் மீளுமைப் பண்பைப் பெற்றிருக்க வேண்டும் என்ற கருத்தும் முன்மொழியப்பட்டது. அவ்விரு பண்புகளும் மொழிக்கும் அதனைச் சார்ந்து எழுகின்ற இலக்கணத் திற்கும் அடிப்படையானவை. இலக்கணம் என்பது மொழித் தனிமங்களின் வகைப்பாட்டையும் வருகை முறையையும் விவரிக்கின்ற சாதனம் என்ற கருத்து புறந்தள்ளப்பட்டு அது விதிகளின் ஒரு ஒழுங்கமைவு சாதனம் என்ற கருத்து எழுந்தது. அது முற்றிலும் மாறுபட்ட ஒரு புதிய புரட்சிகரமான பார்வை.

அமைப்பு மொழியியல் கோட்பாட்டில் ஆரம்பித்த சோம்ஸ்கியின் பயணம் அதனையே கேள்விக்குள்ளாக்கி அதற்கு எதிர்மறையான முற்றிலும் மாறுபட்ட கோட்பாட்டைச் சென்றடைந்தது. தொடரியல் அமைப்புகள் என்னும் நூல் முழுக்க முழுக்க மொழியியலுக்குள் நின்று பிரச்சினைகளை எழுப்பி மாற்றிலக்கணத்தை மாற்றாக வைத்தது. சோம்ஸ்கியின் பயணம் மொழியியலிலிருந்து மொழியோடு தொடர்புடைய உளவியலுக்குப் பின்னர் பயணித்தது. மொழி என்ற மொழியியல் இதழில் ஸ்கின்னரின் வாய்மொழி நடத்தை (*Verbal Behavior*) என்ற நூலுக்கு ஒரு நீண்ட திறனாய்வுக் கட்டுரையை எழுதினார். சோம்ஸ்கி (1959) புற நடத்தையியத்தின் மொழி கற்றல் கோட்பாட்டைக் கேள்விக்கு உள்ளாக்கினார். குழந்தைகள் வெறும் போலச் செய்தல் மூலம் மட்டும் மொழியைக் கற்றுக் கொள்வதில்லை என்று அவர் வாதிட்டார். அவர்கள் மொழியை விதிகளின்மூலம் கற்றுக்கொள்கிறார்கள் என்றும் அவர் குறிப்பிட்டார். சான்றாக, ஒரு குழந்தைக்கு ஆங்கிலத்தில்,

1. boy boys

2. bag bags

3. dog dogs

4. fish fishes

என்னும் சொற்களைக் கற்றுக்கொடுக்கிறோம் என்று வைத்துக் கொள்வோம். அந்தக் குழந்தை, பிறகு, பின்வரும் சொற்களை உருவாக்குகிறது.

*5. ox *oxes*

*6. sheep *sheeps*

*7. child *childs*

இத்தகைய சொற்கள் ஆங்கிலத்தைப் பேசுகின்ற பெரியவர்களின் பேச்சில் காண இயலாது. போலச் செய்தல் மூலம் குழந்தைகள் மொழியைக் கற்பதானால் அவர்களுடைய பேச்சில் இத்தகைய சொற்கள் எவ்வாறு வந்தன? ஒருமையைக் குறிக்கும் சொற்களிலிருந்து பன்மையைக் குறிக்கும் சொற்களை உருவாக்குகிற விதிகளைக் குழந்தைகள் கற்றுக்கொண்டதால்தான் இத்தகைய இலக்கண வழுவான சொற்களைப் படைக்கிறார்கள். போலச் செய்தல் என்ற கொள்கை மொழி கற்றலை விவரிக்க போதுமானதாக அமையவில்லை. ஒப்புமையாக்கம் (analogy) என்ற கொள்கையின் அடிப்படையில் இவ்வாறு புதிய சொற்களையும் வாக்கியங்களையும் உருவாக்குவதாக அவர்கள் விளக்குவார்கள்.[5]

மொழி அறிதிறன் (Language Competence)

அமைப்பு மொழியியலும் மாற்றிலக்கணமும் மொழியின் அமைப்பை ஆராய்ந்தாலும் அவை விவரிக்க முற்படுகின்றவை வெவ்வேறானவை. நாம் முன்பே குறிப்பிட்டதுபோல் அமைப்பு மொழியியல் மொழி பேசுவோரின் புறநடத்தையை அதனுடைய ஆய்வின் கருப் பொருளாக அமைத்துக்கொள்கிறது. அது மொழியை ஒரு புற நடத்தையாக பார்க்கிறது. ஆனால், சோம்ஸ்கியின் மாற்றிலக்கணம் மொழியை வெறும் ஒரு புற நடத்தையாக மட்டும் பார்க்கவில்லை. மாற்றிலக்கணம் மொழி பேசுவோரின் மொழி அறிவை (knowledge of language) மொழி ஆய்வின் மையப் பொருளாகக் கொள்கிறது. புற நடத்தையை ஆராய்வது மூலம் மொழி அமைப்பை நாம் முழுமையாக விவரிக்க இயலாது என்ற வாதத்தை சோம்ஸ்கி முன்வைக்கிறார்.

புறநடத்தைக்குப் பதிலாக மொழி பேசுவோரின் மொழி அறிதிறனை (competence) மொழியியல் ஆராய வேண்டும் என்ற கருத்தை அவர் வலியுறுத்துகிறார். ஒரு மொழியைப் பேசுகிறவனின் மொழி அறிதிறனும் செயல்திறனும் (performance) ஒன்றல்ல; வெவ்வேறான தன்மைகளைக் கொண்டவை. மொழியியலுக்குச் சோம்ஸ்கியின் முக்கியமான பங்களிப்பு அவ்விரு கருத்துகளையும் வேறுபடுத்தித் தெளிவாக்கியதுதான்.

செயல்திறன் என்பது நாம் அன்றாட வாழ்க்கையில் மொழியைப் பயன்படுத்துவதுதான். அது ஒரு சிக்கலான நடவடிக்கை (complex behavior). அதன் மூலமே மொழியை விளங்கிக்கொள்ளலாம் என்ற எண்ணம் குறைபாடானது. சான்றாக, நாம் மொழியைப் பயன்படுத்தும்போது நம்முடைய நினைவாற்றல் முக்கிய பங்கு வகிக்கிறது. நினைவாற்றலின் தன்மையைப் பொறுத்து வாக்கியங் களின் நீட்சியும் சுருக்கமும் தீர்மானிக்கப்படுகின்றன. பேச்சு மொழியில் காணப்படும் வாக்கியங்கள் சிறியதாகவும் எழுத்து மொழியில் காணப்படும் வாக்கியங்கள் நீண்டதாகவும் உள்ளன. நாம் பேசும்போது குறைவான நினைவாற்றல் உள்ளதால், வாக்கியங்கள் சிறியனவாக அமைகின்றன. எழுதும்போது நாம் முன்னும் பின்னும் வாக்கியங்களைப் படிக்க இயலுமாகையால், வாக்கியங்கள் நீண்டதாக அமைகின்றன. மேலும் நாம் பேசும்போது வழுவான வாக்கியங் களைக்கூடப் படைக்கிறோம். நம்முடைய பேச்சில் சிறு சிறு முற்றுப் பெறாத வாக்கியங்கள்கூடக் காணப்படுகின்றன. அத்தகைய தரவுகள் மொழிக்கு இலக்கணம் எழுதப் போதுமானவை அல்ல. மொழியைக் கற்கும் குழந்தைகள் தங்களுக்குள் ஒரு இலக்கணத்தை வளர்த்துக் கொள்கிறார்கள். அந்த இலக்கணம் எவ்வாறு வளர்கிறது என்பது மொழி கற்றலின் பகுதியாகப் பார்க்கப்படுகிறது.

இலக்கணம் என்ற சொல் கவர்பொருளில் (ambiguous meaning) பயன்படுத்தப்படுகிறது. மொழியியலார் ஒரு மொழியின் தரவுகளைக் கொண்டு விவரிக்கிற மொழி அமைப்பையும் குழந்தைகள் தாங்கள் பிறந்த சமூகத்தின் மொழியின் தரவுகளைக் கொண்டு உருவாக்குகிற மொழி அமைப்பையும் இலக்கணம் என்ற சொல்லால் நாம் குறிப்பிடுகிறோம். ஒரு குழந்தைக்கு ஐந்து வயது நிறைவுறும்போது ஏறக்குறைய அதனுடைய மொழிப்பேறு (language acquisition) பெரும்பாலும் நிறைவு பெறுவதாகச் சோம்ஸ்கி கருதுகிறார். அந்த மொழி பேசுவோருக்கும் ஐந்து வயது நிரம்பிய குழந்தைகளுக்கும்

சிறு வேறுபாடுகளே உள்ளன. குழந்தைகளால் அந்த மொழி மூலம் தங்கள் அனுபவத்திற்குட்பட்ட அனைத்து செய்திகளையும் வெளிப்படுத்த முடியும். மொழியின் புறமாகிய சொற்களஞ்சியத்தை மட்டும் அவர்கள் அதிகரித்துக்கொண்டு செல்கிறார்கள். அவர் களுடைய வீட்டிலும் சுற்றுப்புறத்திலும் பயன்படுத்தப்படும் மொழிவகையைக் குழந்தைகள் தம்வயமாக்கிவிடுகிறார்கள். அப்போது குழந்தைகள் மொழி அறிதிறனை அடைந்துவிட்டதாகப் பொருள். குழந்தைகளும் பெரியவர்களும் பெற்றுள்ள மொழி அறிதிறனை விளக்குவதுதான் மொழியியலின் நோக்கம் என்று சோம்ஸ்கி குறிப்பிடுகிறார்.

மொழி அறிதிறனின் இயல்பு

மொழிசார் புறநடத்தையும் மொழிசார் அறிதிறனும் நெருங்கிய தொடர்புடையவை என்றாலும் அவற்றின் பண்புகளில் அவை வெவ்வேறானவை. மொழிசார் புறநடத்தையின் ஒரு அங்கமாக மொழி அறிதிறன் அமைந்திருக்கலாம். மொழியியல், மொழிசார் புற நடத்தையை ஆய்வின் மையமாக அமைவதை விடுத்து மொழி அறிதிறனை ஆய்வின் மையமாகக் கொள்ள வேண்டும் என்பதைச் சோம்ஸ்கி மிகவும் வற்புறுத்துகிறார். மொழி அறிதிறன் எவ்வாறு மொழிசார் புறநடத்தையிலிருந்து வேறுபடுகிறது என்பதை நாம் முதலில் விளக்குவோம். மொழி அறிதிறனும் மொழி அறிவும் வெவ்வேறானவை அல்ல. மொழியைப் பேசுவோரின் மொழி அறிவே மொழியியலின் மைய ஆய்வுப் பொருள்.

மொழியைப் பேசுகிறவர்கள் ஒலிகள்மூலம் சொற்களையும் தொடர்களையும் வாக்கியங்களையும் உண்டாக்குவதோடு அவற்றைப் பற்றிய தீர்ப்புகளையும் (judgments) அவர்கள் கொண்டிருக்கிறார்கள். அத்தீர்ப்புகளையும் மொழி அமைப்பை ஆராயப் பயன்படுத்தும் மற்ற தரவுகளோடு சேர்த்துக்கொள்ள வேண்டும். இங்குதான் அமைப்பு மொழியியல் கோட்பாட்டிற்கும் மாற்றிலக்கணக் கோட்பாட்டிற்கும் வேறுபாடு எழுகிறது. வாக்கியங்களைப் பற்றிய தீர்ப்புகள் மொழியை ஆராய்பவனிடமிருந்து வரும்போது எதிர்ப்பு உண்டாகிறது. மொழியியலார் தம்முடைய தாய்மொழியை விவரிக்கும்போது இந்தச் சிக்கல் எழுகிறது. இங்குத் தகவலாளியும் மொழி ஆய்வாளனும் ஒன்றிவிடுகிறார்கள். இந்நிலையைப் புறநடத்தைக் கோட்பாட்டை ஏற்றுக்கொள்ளும் உளவியலாரும் அமைப்பு மொழியியல்

கோட்பாட்டாளரும் ஏற்றுக்கொள்ள மறுப்பார்கள். ஆனால் சோம்ஸ்கி முன்வைக்கும் மாற்றிலக்கணக் கோட்பாடு அதனை ஏற்றுக் கொள்வதுடன் இந்த நிலைதான் மொழியை முறையாகவும் சிறப்பாகவும் விளக்கும் என்றும் அவர் வாதிடுகிறார்.

ஒரு மொழியைப் பேசுகிறவர்களுக்கு அம்மொழி பற்றிய அறிவு அவர்களுக்குள் இருக்கிறது. அந்த அறிவை அவர்கள் பெற்றிருப்பது அவர்களுக்கு வெளிப்படையாகத் தெரியாது. ஆனால், அந்த அறிவு அவர்களுக்குள் செயல்படுவதால்தான் அந்த மொழியில் அவர்கள் வாக்கியங்களை உருவாக்குகிறார்கள். அவர்கள் இலக்கண வாக்கியங் களைமட்டும் உருவாக்குகிறார்கள். மேலும் ஒருவர் வழுவான வாக்கியங்களைக் கூறினால், அவற்றை ஏற்காமல் மறுப்பார். சான்றாக, தமிழில் ஒருவர்,

8. *சீதை நாளை வீட்டுக்கு வருவான்
9. *இராமன் நேற்று என் பள்ளிக்கு வந்தாள்
10. *ஒரு கணினி எங்கள் அறைக்கு வந்தான்

போன்ற வாக்கியங்களை உருவாக்கினால், வழு வாக்கியங்கள் என்று கூறி அவற்றை ஏற்க மறுத்துவிடுவார்கள். ஆகையால், சொற்களின் தொடர்ச்சியால் உருவாகும் சில கோர்வைகளை (strings of words) வழுவானவை என்று தீர்மானிக்கும் திறனை அவர்கள் பெற்றுள்ளார்கள். முதல் நிலையில் ஒரு மொழி பேசுவோரிடம் சொற்களின் தொடர்ச்சியால் உருவாக்கப்படும் சில கோர்வைகளை இலக்கண வாக்கியங்கள் என்றும் சிலவற்றை வழுவானவை என்றும் தீர்மானிக்கும் திறன் உள்ளது. ஒரு ஆக்கமுறை இலக்கணம் இத்திறனைப் பெற்றிருக்க வேண்டும். முதலாவதாக, ஒரு இலக்கணம் ஒரு மொழியின் அனைத்து வாக்கியங்களையும் தோற்றுவிக்க வேண்டும். தோற்றுவிக்கப்படுகிற வாக்கியங்களில் எதுவும் வழுவானதாக இருக்கக் கூடாது. அந்த இலக்கணம் இதை நிறைவேற்ற எவை இலக்கணமானவை எவை வழுவானவை என்று பிரித்தறியும் திறன் பெற்றதாக அமைதல் வேண்டும்.[6] அது இலக்கணத்தின் மேல் சுமத்தப்படும் முதல் புறக் கட்டுப்பாடு.

இரண்டாவதாக, மொழியைப் பேசுகிறவர்கள் சில வாக்கியங்களை ஒரே அமைப்பைக் கொண்டதாகவும் வேறு சிலவற்றை மாறுபட்ட அமைப்பைக் கொண்டதாகவும் உணர்கிறார்கள். சான்றாக,

11. கண்ணன் போரில் வெற்றிபெற்றார்

12. அனுமன் இலங்கையை அழித்தான்
13. கண்ணகி மதுரையை எரித்தாள்
14. நாம் இப்போது கங்குலியை கிரிக்கெட்டில் காண முடியவில்லை

போன்ற வாக்கியங்களை,

15. கண்ணன் போரில் வெற்றிபெற்றாரா?
16. யார் இலங்கையை அழித்தது?
17. கண்ணகி எதை எரித்தாள்?
18. நாம் இப்போது கங்குலியை எங்குக் காண முடியவில்லை?

போன்ற வாக்கியங்களிலிருந்து வேறானவை என்று நாம் கூறுகிறோம். வாக்கியங்களின் வகைப்பாட்டைப் பற்றி நாம் தீர்ப்பளிக்கிறோம். அதேபோல் வேறு சில வாக்கியங்களையும் பிரித்து அறிகிறோம். ஆகையால், வாக்கியங்களின் வகைப்பாட்டை பிரித்தறிவதும் நம் மொழி அறிதிறனின் ஒரு பகுதி. இலக்கணம் ஒரு மொழியில் உள்ள வாக்கியங்களைப் பிரித்து அவற்றை வகைப்படுத்துதல் வேண்டும். அதுவும் மொழி அமைப்பின் ஒரு முக்கிய பகுதி. அத்தகைய திறனை விளக்கும் விதத்திலும் இலக்கணம் அமைதல் வேண்டும். சில தொடர்களும் சில வாக்கியங்களும் கவர் பொருளை அளிப்பன. அதனை மொழி பேசுவோர் அறிந்துள்ளனர். நாம் முன்பே சில சான்றுகளைக் கொடுத்துள்ளோம்.

ஒரு வாக்கியத்தில் உள்ள சொற்களைப் பிரித்துத் தொடர்களாக அமைக்கும் விதத்திலும் பொருள் மயக்கம் ஏற்படுகிறது.

19. It is drinking water
20. They are charming girls

இந்த இரு வாக்கியங்களும் ஒன்றுக்கு மேற்பட்ட பொருளை உணர்த்துகின்றன. வாக்கியம் (19) 'அது தண்ணீர் குடிக்கிறது' என்ற பொருளையும் 'அது குடிநீர்' என்ற பொருளையும் தருகிறது. அதேபோல், வாக்கியம் (20) 'அவர்கள் கவர்ச்சியான பெண்கள்' என்ற பொருளையும் 'அவர்கள் பெண்களைக் கவர்கிறார்கள்' என்ற பொருளையும் வெளிப்படுத்துகிறது. இவ்வாக்கியங்களின் பொருள் அவை எவ்வாறு தொடர்களாகப் பிரிக்கப்படுகின்றன என்பதைப் பொருத்தது. சான்றாக, வாக்கியம் (19) எவ்வாறு இரண்டு விதப் பொருள்களைத் தருகின்றன என்பது கீழே கொடுக்கப்பட்டுள்ள படங்களின் மூலம் தெளிவாகும்.

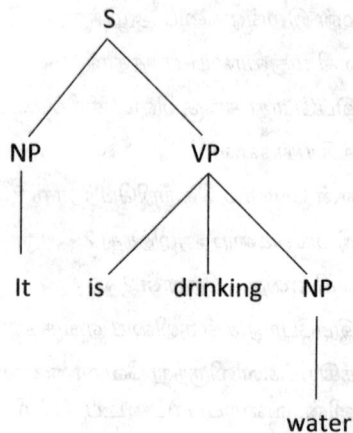

வரைபடம் 1.

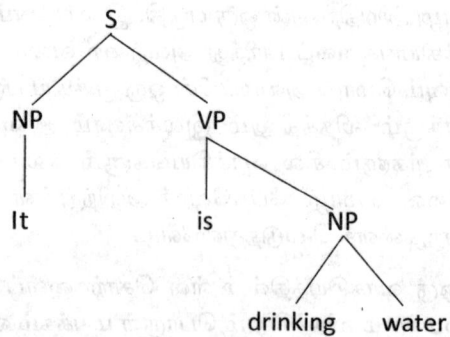

வரைபடம் 2.

drinking (வரைபடம் 1) என்பது வினையின் பகுதியாகக் கருதப் படும்போது ஒரு பொருளும் *drinking* என்பது பெயர்த்தொடரின் பகுதியாக (வரைபடம் 2) கருதப்படும்போது இன்னொரு பொருளும் ஆங்கில மொழி பேசுவோரால் உணரப்படுகிறது. இது வாக்கியம் (21)-க்கும் பொருந்தும். ஒரு வாக்கியத்திற்கு ஒன்றுக்கு மேற்பட்ட பொருள்கள் இருப்பதற்குரிய பல்வேறு காரணங்களில் அவற்றின் சொற்கள் எவ்வாறு தொகுக்கப்படுகின்றன என்பதும் ஒன்று. ஒரு மொழியைப் பேசுவோர் அத்தகைய வாக்கியங்களை அறிந்திருப்ப தோடு அவர்கள் மேலே காட்டியவாறு வெவ்வேறு முறைகளில் வாக்கியங்களில் வரும் சொற்களைத் தொகுக்கவும் செய்கிறார்கள்.[7] இதுவும் மொழி பேசுவோரின் மொழி அறிதிறனின் பகுதியாகும்.

மொழிகளில் வேறு சில வாக்கியங்கள் உள்ளன. அவற்றின் கவர் பொருளை மேலே காட்டிய முறையால் விவரிக்க இயலாது. சோம்ஸ்கியால் காட்டப்பட்டுள்ள ஒரு வாக்கியத்தை இதை நிரூபிக்க எடுத்துக்கொள்ளலாம்.

21. Flying planes can be dangerous

இந்த வாக்கியம் 'பறக்கும் விமானங்கள் ஆபத்தானவையாக இருக்கக்கூடும்' என்ற பொருளையும் 'விமானங்களைப் பறக்க விடுவது ஆபத்தானதாக இருக்கக்கூடும்' என்ற பொருளையும் அளிக்கிறது. இங்கு வருகின்ற பொருள் மயக்கத்தைச் சொற்களை வெவ்வேறு விதங்களில் தொகுப்பதால் தீர்க்க முடியாது. இந்த வாக்கியம் இரு அக அமைப்புகளிலிருந்து தோன்றியது. இவ்விரு அக அமைப்புகளிலும் plane என்ற சொல்லின் இலக்கண உறவு (grammatical relation) வெவ்வேறாக உள்ளது. ஒரு அக அமைப்பில் இது, எழுவாயாகச் செயல்படுகிறது. அதுவே இன்னொரு அக அமைப்பில் செயப்படுபொருளாகச் செயல்படுகிறது. வாக்கியம் (21)இல் காணப்படும் மயக்கப் பொருளைச் சொற்களைத் தொகைப்படுத்துவதன் மூலம் தீர்க்க இயலாது. இந்த வாக்கியம் இரு வேறு அக வாக்கியங்களிலிருந்து வருவிக்கப்பட்டது. வாக்கியங்களின் நிலைகளை அக அமைப்பு என்றும் புற அமைப்பு என்றும் வேறுபடுத்தி அவ்விரு நிலைகளையும் மாற்றுவிதிகள் மூலம் தொடர்புபடுத்த வேண்டும். ஒரு மொழியைப் பேசுவோர் இத்தகைய அறிவையும் பெற்றிருக்கிறார்கள். இதுவும் மொழி அறிதிறனின் பகுதியாகும். மொழி பேசுகின்ற அனைவருக்கும் இத்தகைய மொழி அறிவு உள்ளது.

மொழி பேசுவோரின் மொழி அறிதிறனை விவரிப்பதே மொழியியலின் மையப் பொருள் என்று நாம் முன்பு கூறியிருக்கிறோம். ஒரு குழந்தை தான் பிறந்த சமூகத்தின் மொழியை அச்சமூகச் சூழலில் கற்றுக் கொள்கிறது. ஒரு மொழியைக் கற்கக் குழந்தைக்குச் சமூகச் சூழல் தேவைப்படுகிறது என்பதில் கருத்து வேறுபாடு இல்லை. மொழி கற்றல் என்பதை நாம் இன்னொரு கோணத்தில் நோக்குவோம். குழந்தைக்கு அம்மொழியின் சொற்கள், தொடர்கள் மற்றும் வாக்கியங்கள் உள்செலுத்தப்படும் தரவுகள். அவை குழந்தையின் மூளைக்குள் செலுத்தப்படும் உள்ளீடுகள் (inputs). அவற்றைக் கொண்டு குழந்தையின் மூளை தனக்குள் ஒரு இலக்கணத்தை வளர்க்கிறது. அவ்விலக்கணத்தின் துணைகொண்டு

குழந்தை அம்மொழியில் சொற்களையும் தொடர்களையும் வாக்கியங்களையும் படைக்கிறது. குழந்தை தன்னுடைய ஒன்றரை வயது முதல் சொற்களைக் கூறுகிறது. இந்த நிலையிலிருந்து தனக்குள் இலக்கணத்தை வளர்த்து அதனுடைய ஐந்தாவது வயதில் ஏறக்குறைய அம்மொழி பேசும் பெரியவர்களின் ஒத்த இலக்கணத்தை அது கொண்டிருக்கிறது. ஒரு குழந்தையின் மொழி கற்றலை அக்குழந்தைக்குள் வளரும் இலக்கணத்தின் வளர்ச்சியாக நாம் பார்க்கலாம்.

நாம் இங்கு இரு செய்திகளை வற்புறுத்த விரும்புகிறோம். மாற்றிலக்கணம், மொழி பேசுவோரின் தீர்ப்புகளையும் (தொடர்கள், வாக்கியங்கள் ஆகியவை பற்றிய தீர்ப்புகள்) மொழி விவரிப்பின் போது தரவுகளாக ஏற்றுக்கொள்ளப்பட வேண்டும் என்பதை வலியுறுத்துகிறது. அமைப்பு மொழியியல் கோட்பாடு அதை முற்றிலும் நிராகரிக்கும். புறமாகச் சேகரிக்கப்படுகின்ற தரவுகள் மட்டும்தான் மொழி விவரிப்பிற்குக் கணக்கில் எடுத்துக் கொள்ளப்படும். மற்றவை தரவுகளின் பகுதியாக எடுக்கப்படாமல் புறந் தள்ளப்படும். அது உளவியலிலிருந்து மொழியியலுக்குள் வந்த வேறுபாடு. இரண்டாவது, நாம் முன்பு கூறிய மொழி அறிதிறனில் இரு பகுதிகள் உள்ளன. ஒன்று, ஒரு குறிப்பிட்ட மொழிசார்ந்த பொதுமைகள் (language-specific generalizations); மற்றொன்று, எல்லா மொழிகளின் பொதுத் தன்மைகளைச் சுட்டும் மொழிப் பொதுமைகள் (universal generalizations). அவ்விரண்டுமே ஒரு மொழியைப் பேசுவோனின் மொழி அறிதிறனில் உறைந்து கிடக்கின்றன. ஆகையால், உளவியல் பின்புலத்தில் மொழிப்பேற்றை (language acquisition) ஆராயும் மொழியியல் அவ்விரு பொதுமைகளையும் குழந்தை எவ்வாறு பெற்றது என்பதை விளக்கவேண்டும். அதை விளக்க எத்தகைய அணுகுமுறை தேவை? சான்றாக, மாற்று விதிகள் வாக்கியங்களின் அமைப்பை (structure-dependent) சார்ந்தவை. இது மொழிப் பொதுமைகளுள் ஒன்று.

கீழே கொடுக்கப்பட்டுள்ள தமிழ் வாக்கியத்தையும் ஆங்கில வாக்கியத்தையும் எடுத்துக்கொண்டு இந்தக் கருத்தை விளக்குவோம்.

22. கண்ணன் நேற்று காலை ஊருக்குப் போனான்

23. The dog which is old is hungry .

இந்த இரு வாக்கியங்களும் வினா வாக்கியங்களாக மாறும்போது மாற்று விதிகள் வாக்கியங்களின் அமைப்பைச் சார்ந்தே செயல்படுகின்றன.

22a. கண்ணன் நேற்று காலை ஊருக்குப் போனானா?
22b. கண்ணன் நேற்று காலை ஊருக்கா போனான்?
22c. கண்ணன் நேற்று காலையா ஊருக்குப் போனான்?
22d. கண்ணனா நேற்று காலை ஊருக்குப் போனான்?
22e. *கண்ணன் நேற்றா காலை ஊருக்குப் போனான்?

வாக்கியங்கள் (22a-22d) இலக்கண வாக்கியங்களாக ஏற்றுக் கொள்ளப்படுகின்றன. ஆனால், வாக்கியம் (22e) வழுவானதாகக் கருதப்படுகிறது. வினாவைக் குறிக்கும் -ஆ ஒரு வாக்கியத்தில் உள்ள தொடர்களின் தலைமைச் சொல்லோடு மட்டும்தான் வரும். தலைமைச் சொல்லைத் தழுவி வரும் அது மற்ற வகைச் சொற்களுடன் வருவதில்லை. வாக்கியம் (22e)இல் -ஆ என்பது காலை என்ற தலைமைச் சொல்லைத் தழுவி வரும். நேற்று என்ற சொல்லுடன் வருவதால், அது வழு வாக்கியமாகக் கருதப்படுகிறது. இங்கு மாற்று விதி வாக்கியத்தின் தொடரமைப்பைச் சார்ந்து செயல்படுகிறது. நாம் இத்தகைய நிலையை ஆங்கிலத்திலும் பார்க்கலாம்.

வாக்கியம் (23)-ஐ வினா வாக்கியமாக மாற்றும்போது மாற்று விதி வாக்கியத்தின் அமைப்பை அடிப்படையாகக் கொண்டு செயற் படுகிறது. இந்த வாக்கியத்தின் அமைப்பை நாம் இப்போது பார்ப்போம்.

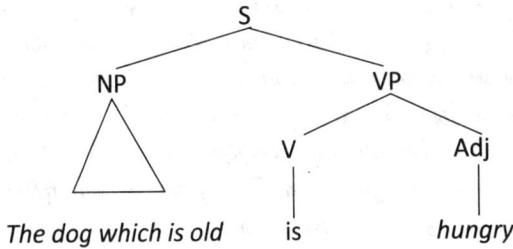

வரைபடம் 3.

இந்த வாக்கியத்தை வினா வாக்கியமாக மாற்றும்போது இந்த வாக்கியத்தின் பெயர்த்தொடரான the dog which is old என்ற பெயர்த் தொடருக்குப் பின் வருகின்ற is என்ற வினையை முன்னுக்கு நகர்த்த வேண்டும். வாக்கியம் (24) மாற்று விதி மூலம் வருவிக்கப் படுகிறது.

24. Is the dog which is old hungry?

இந்த வாக்கியம் வருவிக்கப்படும் முறையைப் பின்வருமாறு காட்டலாம்.

The dog [which is old] *is hungry?*
Is the dog which is old ----- hungry?
↑_____|

மேலே காட்டியுள்ள விதி *is* என்பதை முழுப் பெயர்த்தொடருக்கு முன் நகர்த்தும்; அதனுடைய ஒரு பகுதிக்குள் செருக இயலாது. அவ்வாறு ஒரு பகுதிக்குள் செருகினால் பெறப்படும் வாக்கியம் வழுவானது என்று ஒதுக்கப்படும். மேலும் இந்த வாக்கியத்தில் *is* என்ற வினை இரண்டு இடங்களில் வருகிறது. பெயரெச்சத் தொடருக்குள் (relative clause) ஒரு முறையும் முற்று வாக்கியத்தில் (main sentence) ஒரு முறையும் வந்துள்ளது. முற்று வாக்கியத்தில் வந்துள்ள *is* என்ற வினையைத்தான் வாக்கியத்தின் முதல் நிலைக்கு நகர்த்த முடியும். பெயரெச்சத் தொடருக்குள் வந்துள்ள *is* என்ற வினையை வாக்கியத்தின் முதல் நிலைக்கு நகர்த்த இயலாது. சான்றாக, வாக்கியம் (25) வழுவானது.

25. *Is the dog which—— old is hungry?
    ↑_____|

வாக்கியம் (25) இல் பெயரெச்சத் தொடரில் வந்துள்ள வினை முன்னுக்கு நகர்த்தப்பட்டிருப்பதால், அது வழு வாக்கியமாகக் கருதப்படுகிறது. இங்கு முக்கியமாக வலியுறுத்தப்படுவது மாற்று விதி வாக்கியத்தின் அமைப்பை அடிப்படையாகக் கொண்டு செயற்படுகிறது என்பதுதான். அது ஒரு மொழிப் பொதுமை. ஆகையால் மொழி பேசுவோரின் மொழி அறிதிறன் ஒரு குறிப்பிட்ட மொழிசார் பொதுமைகளையும் இயற்கை மொழிகளின் மொழிப் பொதுமை களையும் தன்னகத்தே கொண்டுள்ளது.

மேலே காட்டிய மொழிப் பொதுமைகளுடன் சில அளகைகளும் மொழியின் பொதுக் கூறுகளாக அமைந்துள்ளன. எழுவாய் நீங்காமை (non-pro drop), தொடர்களில் தலைமைச் சொல்லின் இடம் (head initial/last), மாற்று விதிகளின் செயற்பாட்டைக் கட்டுப்படுத்தும் கட்டுப்பாடுகள் (conditions on transformations) ஆகியவை மொழிப் பொதுமைகள். சில மொழிகளில் வாக்கியத்தின் எழுவாய் தோன்றாமல் இருக்கலாம். ஆனால், வேறு சில மொழிகளில் எழுவாய் வாக்கியத்தில் கட்டாயம் இருக்க வேண்டும். அது வாக்கியத்தில்

இல்லாமல் இருக்க இயலாது. எழுவாய் அற்ற வாக்கியங்கள் வழுவானவையாகக் கருதப்படும்.

26. He is going to deliver the founder's day lecture
26a. *Is going to deliver the founder's day lecture?
27. There is going to be rain
27a. *Is going to be rain

ஆங்கிலம் போன்ற மொழிகளில் எழுவாய் கட்டாயமாக வாக்கியத்தில் தோன்ற வேண்டும். வாக்கியங்கள் (26) உம் (27) உம் இலக்கண வாக்கியங்களாகக் கருதப்படுவதற்குக் காரணம் அவைகளில் எழுவாய் காணப்படுகின்றன. ஆனால், வாக்கியங்கள் (26a) உம் (27a) உம் ஆங்கிலத்தில் வழுவானவையாகக் கருதப்படுகின்றன. இவ்வாக்கியங் களில் எழுவாய் காணப்படாததே இதற்குக் காரணம். எழுவாய் என்பது மொழியியல் கோட்பாட்டில் ஒரு அளகையாக (parameter) உள்ளது. எழுவாய் வாக்கியங்களில் கட்டாயமாக இருக்க வேண்டும் என்பது சில மொழிகளின் நிலையாகவும் அது விருப்பமாக அமையலாம் என்பது வேறு சில மொழிகளின் நிலையாகவும் உலக மொழிகளில் காணப்படுகிறது. குழந்தைகள் தாங்கள் பிறந்துள்ள சமூகத்தினுடைய மொழியின் தரவுகளைக் கொண்டு அவர்கள் எழுவாயை நீக்கலாமா அல்லது வேண்டாமா என்பதைத் தீர்மானிக்கிறார்கள். மொழிகளில் எழுவாய் உள்ளது என்பது மொழிப் பொதுமை. அது கட்டாய நிலையில் உள்ளதா அல்லது விருப்ப நிலையில் உள்ளதா என்பது தனி மொழியால் தீர்மானிக்கப்படுகிறது.

இன்னொரு அளகையும் நாம் இங்குக் குறிப்பிட்டுவிடுவோம். அது தொடர்களில் தலைமைச் சொல் வரும் இடம். நாம் முன்பே குறிப்பிட்டதைப் போல, சில மொழிகளில் தலைமைச் சொல் தொடர்களின் தொடக்கத்தில் வருகிறது. ஆங்கிலம் போன்ற மொழிகளில் தலைமைச் சொல் தொடர்களின் முதலில் வருகிறது.

28. He discovered the water on the moon

இந்த வாக்கியத்தில் discovered water on the moon என்பது வினைத் தொடர். இதில் discovered என்பது வினை; இதுதான் வினைத் தொடரின் தலைமைச் சொல். இந்தச் சொல் வினைத்தொடரின் தொடக்கத்தில் வருகிறது. இதேபோல் on the moon என்பது முன்னுருபுத் தொடர் (prepositional phrase). இந்தத் தொடரில் on என்ற முன்னுருபு தலைமைச் சொல்லாகச் செயற்படுகிறது; இது

தொடரின் முதல் நிலையில் வந்துள்ளது. உலகின் பல மொழிகளில் ஆங்கிலம் போன்று முன்னுருபுத் தொடர்களில் தலைமைச் சொல்லாகிய முன்னுருபுகள் தொடர்களின் தொடக்கத்தில் வருகின்றன. ஆனால், தமிழ், ஜப்பான் போன்ற மொழிகளில் தலைமைச் சொல் தொடர்களின் இறுதி நிலையில் வருகிறது.

29. அந்த நான்கு குதிரைகள்

30. நிலவை ஆராயும் விஞ்ஞானிகள் அங்கு நீர் உள்ளதாகக் கூறுகிறார்கள்

தொடர் (29)இல் குதிரைகள் என்பது தலைமைச் சொல். அது தொடரின் இறுதியில் வந்துள்ளது. அதேபோல் அங்கு நீர் உள்ளதாகக் கூறுகிறார்கள் என்பது வாக்கியம் (30)இன் வினைத்தொடர். அந்தத் தொடரில் கூறுகிறார்கள் என்ற வினை, தொடரின் இறுதியில் வருகிறது.

ஆகவே, தமிழ் போன்ற மொழிகளில் தொடரின் தலைமைச் சொல் தொடர்களின் இறுதியில் வருவதும் ஆங்கிலம் போன்ற மொழிகளில் அவை தொடர்களின் தொடக்கத்தில் வருவதும் மொழிகளுக்கு இடையிலான ஒரு முக்கிய அளகை. நாம் இங்கு இரண்டு செய்திகளைக் கவனத்தில் கொள்ள வேண்டும். முதலாவது, எழுவாய், தலைமைச் சொற்கள் முதலியவை மொழிகளில் உள்ள மொழிப் பொதுமைகள். ஆனால், அவற்றின் வருகை குறித்த செய்திகள் மொழிகளின் வகையைச் சார்ந்தவை. மொழிப் பொதுமையும் மொழிகளின் வகைப்பாடும் மொழியியல் கோட்பாட்டில் முக்கிய பங்கு வகிக்கின்றன. முன்பு, அமைப்பு மொழியியல் கோட்பாடு மொழிகள் எப்படி மாறுபடும் என்பதைக் கணிக்க முடியாது என்ற கருத்தை முன்வைத்தது. ஆனால், ஆக்கமுறை இலக்கணம் மொழிகளை இரு நிலைகளில் வகைப்படுத்தி அவற்றின் மாறுபாடுகளைக் கணிக்க முடியும் என்ற கருத்தை முன்வைத்துள்ளது.

அவை யாராலும் எந்த நிலையிலும் குழந்தைகளுக்குக் கற்றுக் கொடுக்கப்படுவதில்லை. உலக மொழிகள் அனைத்திற்கும் பொதுவான அத்தகைய மொழிப் பொதுமைகளைப் புறச் சூழல்கள் மூலம் குழந்தைகள் கற்றுக்கொள்ளவில்லை என்றால் அவற்றை அவர்கள் எவ்வாறு பெற்றார்கள்? குடும்பச் சூழல்களின் மூலமோ வகுப்பறைகளின் மூலமோ கற்றுக்கொடுக்கப்படாத அந்தப் பொதுமைகளைக் குழந்தைகள் எங்கிருந்து பெற்றார்கள்? இந்தப்

பிரச்சினைகளுக்குரிய தீர்வை இரு நிலைகளில் நாம் அணுக வேண்டும். ஒன்று தருக்கவழியிலான அணுகுமுறை (logical approach); மற்றொன்று உளவியல்வழியிலான அணுகுமுறை (psychological approach). சோம்ஸ்கி தருக்கவழியிலான அணுகுமுறையை மேற்கொண்டு இப்பிரச்சினைக்குத் தீர்வு காண முயற்சிசெய்கிறார். அத்தகைய மொழிப் பொதுமைகள் குழந்தைகள் பிறக்கும்போதே உடன் உறைந்துள்ளன (innateness). அவை புறச் சூழலால்களால் கற்றுக்கொள்ளப்படுவதில்லை.

குழந்தைகள் நாம் கூறுவதை அப்படியே 'போலச் செய்தல்' மூலம் மொழியைக் கற்பதில்லை என்பதை நாம் முன்பே குறிப்பிட்டிருக்கிறோம். நாம் புறச் சூழல்களில் கூறுவதையே குழந்தைகள் திருப்பிக் கூறுகிறார்கள் என்றால், நாம் பயன்படுத்தாத சொற்களையும் தொடர்களையும் வாக்கியங்களையும் அவர்கள் எவ்வாறு படைக்கிறார்கள்? ஒரு மொழியைப் பேசுவோன் எவ்வாறு புதிய புதிய வாக்கியங்களைப் படைக்கவும் செய்கிறான்? அதேபோல் அவன் புதிய புதிய வாக்கியங்களைக் கேட்கும்போது எவ்வாறு அவற்றைப் புரிந்துகொள்ளவும் செய்கிறான்? இதை நாம் மொழியின் படைப்பாற்றல் என்கிறோம். குழந்தைகள் இந்த மொழி அறிதிறனைப் புறச் சூழல்களின் மூலம் பெறுவதில்லை. மனிதனுக்குள் உறைந்து கிடக்கும் படைப்பாற்றல் மொழிவழி வெளிப்படுகிறது. இந்த மொழியின் படைப்பாற்றல்தான் மனிதனை விலங்குகளிடமிருந்து பிரிக்கிறது. இதுதான் மனித மொழிக்கும் விலங்குகளின் கருத்துப் பரிமாற்ற சாதனங்களுக்கும் உள்ள அடிப்படையான வேறுபாடு. மனித இனத்தின் தனிக் கூறுகளுள் இது தலைமை ஆனது. மனித இனம் இத்திறனைப் புறச் சூழல்களின்வழி பெறவில்லை. குழந்தை பிறக்கும்போதே தன்னுடன் கொண்டுவந்த கூறு இது. இது மனித மனத்துடனும் மனித மூளையின் இயல்போடும் பொருத்திப் பார்க்கப்பட வேண்டியது. இன்னும் ஒருபடி மேலே சென்று சொன்னால், மனிதப் பரிணாம வளர்ச்சியோடு இதனைத் தொடர்பு படுத்த வேண்டிய நிலைக்கு நாம் தள்ளப்படலாம்.

நாம் மொழி அறிதிறனின் வேறு சில கூறுகளையும் ஆராய்வோம். மொழியைப் பேசுகின்ற ஒவ்வொருவருக்கும் தன்னுடைய மொழியின் எத்தகைய சொற்களின் கோர்வைகள் இலக்கண வாக்கியங்கள் என்றும் எத்தகைய கோர்வைகள் வழுவானவை என்றும் அவர்களுக்குத் தெரியும். சான்றாக,

31. *கோவலன் மதுரைக்குக் கண்ணகியை அழைத்துச் சென்றான்*

32. *இஸ்ரேல் பாலஸ்தீனியர்களைக் கண்மூடித்தனமாகத் தாக்கியது*

33. *இலங்கையில் மனித உரிமைகள் காற்றில் பறக்கவிடப்படுகின்றன*

போன்ற வாக்கியங்களை இலக்கண வாக்கியங்கள் என்று தீர்மானிப்பதற்கு அம்மொழியைப் பேசுபவர்கள் இதுபோன்ற வாக்கியங்களைக் கேட்டிருக்கிறார்கள் என்று கூறலாம். ஆனால் கேட்டிராத சில சொற்களின் கோர்வைகளை அவர்கள் எவ்வாறு வழுவானவை என்று தீர்மானிக்கிறார்கள்? கேட்டிராத சொற்களின் கோர்வைகள் அனைத்தும் வழுவான வாக்கியங்கள் அல்ல. கேட்டிராத சொற்களின் கோர்வைகள் சிலவற்றை இலக்கண வாக்கியங்கள் என்றும் வேறு சிலவற்றை வழுவானவை என்றும் அவர்கள் தீர்மானிக்கிறார்கள். ஒரு கவிஞன் ஒரு புதிய சொல்லை அல்லது புதிய தொடரை அல்லது புதிய வாக்கியத்தைப் படைக்கும்போது இரண்டு கேள்விகள் நமக்குள் எழுகின்றன. அந்தக் கவிஞன் அதுவரை கேட்டிராத அல்லது படித்திராத புதிய சொல்லை/தொடரை/வாக்கியத்தை எப்படி உருவாக்கினான்? அதேபோல், நாமும் அவற்றை எப்படிப் புரிந்துகொண்டோம்? புறச் சூழல்களால் மட்டும்தான் மொழியை நாம் கற்றுக்கொள்கிறோம் என்றால் அவை எவ்வாறு உருவாயின? சில சான்றுகளைக் கொண்டு இந்தக் கருத்தை விவாதிப்போம்.

34. *நீ இங்கு சுகமே; நான் அங்கு சுகமா?*

35. *கைகளால் பேசி கண்களால் கேட்டு*

36. *நிலவு தூங்கும் நேரம்*

37. *தென்றல் வந்து என் நினைவுகளைத் தாலாட்டியது*

இந்தத் தொடர்கள்/வாக்கியங்கள் நாம் பயன்படுத்தும் அன்றாடத் தமிழில் காணப்படுவதில்லை. பொதுவாக, நான் என்ற மாற்றுப் பெயரும் இங்கு என்ற இடப் பெயரும் சேர்ந்து வரும். அதேபோல், நீ என்ற மாற்றுப்பெயரும் அங்கு என்ற இடப்பெயரும் சேர்ந்து வரும். நாம் அன்றாடம் பயன்படுத்தும் மொழியில் காணப்படும் கூறு இது. ஆனால், வாக்கியம் (34)இல் இவ்விதி மீறப்பட்டு நீ என்பதுடன் இங்கு என்பதும் நான் என்பதுடன் அங்கு என்பதும் சேர்ந்து வந்துள்ளன. இத்தகைய விதிமீறல்கள் நம்மை இன்னொரு வித்தியாசமான பொருள்தளத்திற்கு இட்டுச்செல்கிறது. காதலனும் காதலியும் வெவ்வேறு மாநிலங்களில் இருக்கிறார்கள்.

நான், நீ போன்ற மாற்றுப்பெயர்கள் அவர்களுடைய உயிரை மட்டும் குறிப்பதால் காதலியின் உயிர் தன்னிடத்திலும் அவனுடைய உயிர் அவளிடத்திலும் இருப்பதால் அவன் பாடும்போது, 'நீ இங்கு சுகமாக இருக்கிறாய்; அதேபோல் நான் அங்கு சுகமாக இருக்கிறேனா?' என்று கேட்கிறான். அவளும் அதேபோல், 'நீ இங்கு சுகமாக இருக்கிறாய். ஆனால், நான் அங்கு சுகமா?' என்று கேட்கிறாள். கண்களால் பார்ப்பதும் வாயால் பேசுவதும் நாம் மொழியில் காண்கின்ற பொதுக் கூறு. வாக்கியம் (35)இல் இந்தத் தொடரியல் விதிகள் மீறப்பட்டு கைகளால் பேசி என்ற சேர்க்கையையும் கண்களால் கேட்டு என்ற சேர்க்கையையும் நாம் பார்க்கிறோம். இங்குள்ள விதிமீறல்கள் ஒரு அருமையான உருவகத்தை உருவாக்குகிறது. பேச இயலாதவர்கள் வெளிப்படுத்தும் சைகைகள் ஒலிகள் போலவும் ஆனால் இவை வாயால் உருவாக்கப்படுவதற்குப் பதில் கைகளால் உருவாக்கப்படுகின்றன. அதேபோல் சைகைகள் கண்களால் பார்க்கப்படுகின்றன. காதுகளால் கேட்கப்படும் ஒலிகளைப்போல் சைகைகள் கண்களால் கேட்கப்படுகின்றன என்று உருவகிக்கப் படுகிறது.

தூங்கும் என்ற வினை உயிருள்ள பொருள்களைச் சுட்டும் பெயர்களோடுதான் சேர்ந்து வரும். ஆனால், வாக்கியம் (36)இல் உயிரற்ற பொருளான நிலவு என்ற சொல்லோடு தூங்கும் என்ற வினை இணைந்து வருகிறது. இது தொடரியல் விதியின் மீறலாக இருந்தாலும் ஏற்றுக்கொள்ளப்படுகிறது. தாய் குழந்தையைத் தாலாட்டலாம்; ஆனால், தென்றல் நினைவு களைத் தாலாட்டுவது தொடரியல் விதிமீறல்தான்; இருப்பினும் இவ்வாக்கியத்தைத் தமிழ் பேசுவோர் ஏற்றுக்கொள்கிறார்கள். இதன்வழியாக, சில அருமையான உருவகங் களும் பிறக்கின்றன. பொது மொழிக்குரிய சில தொடரியல் கட்டுப்பாடுகள் மேலே காட்டிய வாக்கியங்களில் தளர்த்தப் படுகின்றன. எந்த அளவிற்கு இந்தத் தொடரியல் கட்டுப்பாடுகள் தளர்த்தப்படலாம் என்பது படைப்பாளி களுக்குத் தெளிவாகத் தெரியும். உருவகமும் உவமையும் உருவாக இத்தகைய மொழிச் செயல்பாடுகள் பின்புலமாக அமைத்துள்ளன. இவ்வகை வாக்கியங்கள் புதுமையாக முதன் முதலில் படைக்கப் படுவது ஒரு வகை மொழிச் செயற்பாடு; இவற்றை முதன் முறையாகக் கேட்போன் புரிந்துகொள்வது இன்னொரு வகை மொழிச் செயற்பாடு. இவ்வாறு புதியவற்றைப் படைப்பதும் அவற்றைப் புரிந்துகொள்வதும் மொழியினுடைய படைப்பாற்றலின் பகுதிகள்.

இத்தகைய வாக்கியங்கள் இன்னொரு மொழிவகையைச் சார்ந்ததாக இருந்தாலும் இவை முதன் முதலில் படைக்கப்பட்டபோது புதுமையானவை. இத்தகைய சொற் சேர்க்கைகள் (combinations of words) அந்தக் காலகட்டத்திற்கு முன்பு இல்லாதவை. நமக்கு முந்தைய காலகட்டத்தில் காணப்படாத சொற் சேர்க்கைகள்கூட ஏற்றுக் கொள்ளப்படுகின்றன. அப்படியென்றால், கேட்ட அல்லது கூறிய சொற்களையோ தொடர்களையோ வாக்கியங்களையோ மட்டும், நாம் திருப்பித் திருப்பிச் சொல்லிக்கொண்டிருக்கவில்லை. ஒரு மொழி பேசுவோர் புதிய புதிய சொற்களையும் தொடர்களையும் வாக்கியங்களையும் படைத்துக்கொண்டுமிருக்கிறார்கள்; அவற்றை அவர்கள் புரிந்துகொண்டுமிருக்கிறார்கள். இதுதான் மொழியின் உயிர்நாடி. இதனைப் புறச் சூழல்களால் கற்றுக்கொள்கிறோம் என்பது தரவுகளால் நிறுவப்பட முடியவில்லை. எல்லாச் சொற் சேர்க்கைகளும் மொழி பேசுவோரால் ஏற்றுக்கொள்ளப்படுவதில்லை. நாம் மூன்று வகையான சேர்க்கைகளைப் பிரித்து உணரலாம்.

முதல் வகை, நாம் இலக்கண வாக்கியங்கள் என்று ஏற்றுக் கொள்பவை. இரண்டாவது, வழு வாக்கியங்கள் என்று நாம் பிரித்துணரக் கூடியவை. மூன்றாவது வகை, இதுவரை படைக்கப்படாத, ஆனால் ஏற்றுக்கொள்ளப்படக்கூடிய இலக்கண வாக்கியங்கள் (possible grammatical sentences). இவ்வாறு வாக்கியங்களைப் பிரித்துணரக்கூடிய மொழி அறிதிறன் ஒவ்வொரு மொழி பேசுவோரிடமும் உள்ளது. இதைத்தான் மொழிப்பேறு விளக்கவேண்டும். இலக்கணம் அந்த மொழியின் அனைத்து வாக்கியங்களையும் தோற்றுவிக்க வேண்டும். அவ்வாறு தோற்றுவிக்கும்போது, எந்த ஒரு வழுவான வாக்கியத்தையும் அந்த இலக்கணம் தோற்றுவிக்கக் கூடாது (Chomsky 1957: 13). இது இலக்கணத்தின்மீது சுமத்தப்பட்டுள்ள புறக் கட்டுப்பாடு.

இலக்கணம் நிறைவேற்றும் இந்தச் செயல்பாடுகள் மொழி பேசுவோரின் மொழி அறிதிறனின் ஒரு பகுதியாகும். இந்தத் திறமையை யாரும் குடும்பச் சூழலிலோ பள்ளிச் சூழலிலோ கற்பித்துக் குழந்தை பெறுவதில்லை. ஒரு குழந்தை ஒரு குறிப்பிட்ட சமூகத்தில் பிறந்து வளரும்போது தானாக இந்தத் திறமையைப் பெறுகிறது. ஆக்கமுறை இலக்கணம் மொழி பேசுவோரின் அறிதிறன் அளிக்கும் தீர்ப்பை ஏற்றுக்கொண்டு மொழி அமைப்பை விளக்குகிறது. அது அமைப்பு மொழியியல் கோட்பாட்டிற்கும்

ஆக்கமுறை இலக்கணக் கோட்பாட்டிற்கும் இடையிலான முக்கிய வேற்பாடு. அது உளவியல் கோட்பாடு சார்ந்த வேறுபாடு.

அறிவியல் துறைகள் அனைத்தும் மனிதனுக்கும் இயற்கைக்கும் உள்ள உறவைப் புரிந்துகொள்ளத்தான் போராடுகின்றன. நாம் இங்கு மனிதனை மொழியின் வழியாகப் புரிந்துகொள்ள முயற்சி செய்கிறோம். மனிதன் தன்னகத்தே கொண்டுள்ள மொழிக்குப் புறச் சூழல்களின் பங்களிப்பு என்ன? மனத்தின் பங்களிப்பு என்ன? மனத்தின் உறையுளான மனித உடலின் பங்களிப்பு என்ன? எந்தக் கோட்பாடு எதற்கு முக்கியத்துவம் அளிக்கிறது என்பதுதான் கேள்வி. அமைப்பு மொழியியல் கோட்பாடு புறச் சூழலான சமூகச் சூழலையே குழந்தைகள் மொழி கற்பதில் முக்கியத்துவப்படுத்துகிறது. குடும்பச் சூழல், உறவினர் சூழல், நண்பர்கள் சூழல், வகுப்பறைச் சூழல் ஆகியவை குழந்தையின் மொழி கற்றல் நிகழ்வின் அடிப்படை என்று அமைப்பு மொழியியல் வற்புறுத்துகிறது. அதற்கு நேர்மாறான கோட்பாட்டை ஆக்கமுறை இலக்கணக் கோட்பாடு முன்வைக்கிறது.

மொழிப்பேற்றில் புறச் சூழல்களின் பங்கைவிட மனித உடலியலின் பங்கு முக்கியமானது என்பதை ஆக்கமுறை இலக்கணம் வற்புறுத்துகிறது. மொழிப்பேறு என்பது மனித மனத்தின் ஒரு குறிப்பிட்ட மொழிப்புலம் (language faculty) மூலம் நடைபெறுகிறது. மனித மனத்துக்குள் சில புலங்கள் உள்ளன. அவற்றில் ஒன்று மொழிப் பேற்றுக்கு உரியது. அதனுடைய பங்களிப்பு மொழிப்பேற்றில் மகத்தானது. அதனைப் புரிந்துகொள்ளத்தான் மொழியியலும் உளவியலும் தங்கள் ஆய்வுப் பயணத்தை மேற்கொண்டுள்ளன. சோம்ஸ்கியும் பியாஜேவும் (Piaget) நடத்திய விவாதம் முக்கியத்துவம் வாய்ந்தது.[8] மொழி கற்றலும் மற்ற துறைகளைக் கற்பதுபோல்தான் என்று பியாஜே வாதிட சோம்ஸ்கி, மொழி கற்றல் மற்ற துறைகளைக் கற்பதினின்று வேறானது என்றும் மனித மனத்தில் மொழிக்கு என்று தனிப்புலம் உள்ளது என்றும் வாதிட்டார்.

சோம்ஸ்கியின் மொழியியல் ஆய்வு மொழியியலைப் பாதித்ததோடு உளவியலையும் வெகுவாகப் பாதித்தது. இன்னும் சொல்லப் போனால், மானுடத் துறைகள் (humanities) அனைத்தின் மீதும் சோம்ஸ்கியின் கோட்பாடு பாதிப்பை உண்டாக்கியுள்ளது.

குறிப்புகள்

1 மூன்று மையத் துணை ஒழுங்கமைவுகள்:

1. இலக்கண ஒழுங்கமைவு: உருபன்களும் அவை அமைந்துள்ள முறையும்
2. ஒலியனியல் ஒழுங்கமைவு: ஒலியன்களும் அவை அமைந்துள்ள முறையும்
3. உருபொலியனியல் ஒழுங்கமைவு: இலக்கண ஒழுங்கமைவையும் ஒலியனியல் ஒழுங்கமைவையும் இணைப்பது.

இரு புறத்துணை ஒழுங்கமைவுகள்:

1. பொருண்மை ஒழுங்கமைவு: பல்வேறு உருபன்களைத் இணைப்பது, உருபன்களின் சேர்க்கை, அவை வரும் முறை ஆகியவற்றைப் பொருள்களோடும் சூழல்களோடும் தொடர்புபடுத்துவது.
2. ஒலி ஒழுங்கமைவு: பேசுவோன் தன் வாயுறுப்புகளின் மூலம் ஒலியன்களை சத்த அலைகளாக மாற்றுவதையும் அதேபோல் கேட்போன் ஒலி அலைகளை ஒலியன்களாக மாற்றிச் செய்திகளைப் புரிந்துகொள்வது (Hockett 1958: 138).

2 'மொழியின் ஒவ்வொரு சொல்லுக்கும் அறிவியல்பூர்வமான பொருளைக் கொடுக்க, மொழி பேசுவோனின் உலகத்தில் உள்ள பொருட்களை அறிவியல் பூர்வாக நாம் தெரிந்திருக்க வேண்டும். ஆனால், அது குறித்த அறிவு நமக்கு மிகக் குறைவு. அறிவியல் பூர்வமான அறிவை நாம் பெற்றிருக்கும் போது மட்டும்தான், பேச்சு வடிவங்களின் பொருளை நம்மால் வரையறுக்க இயலும்.' (Bloomfield, 1933: 139).

3 'மொழி பழக்கங்களின் ஒரு ஒழுங்கமைவு' (Hockett 1958: 137). '...நம்மால் ஒரு தனி மனிதனின் பழக்கங்களைக்கூட கூர்ந்து நோக்க முடிவதில்லை. நாம் செய்யக்கூடியது பேசுவோனின் தனி மனிதனின் பேச்சு நடத்தையை' (Hockett 1958: 322).

4 அமைப்பு மொழியியல் கோட்பாட்டைத் தழுவிய ஹாக்கெட் அவர்களும் மொழியின் படைப்புத் திறனைப் பற்றிக் குறிப்பிட்டு உள்ளார்.

'ஒரு மொழியைப் பேசுவோன் இதுவரைக் கூறாததையோ கேட்காததையோ கூறலாம்; பேசுவோனோ கேட்போனோ இந்தப் புதுமையை உணராமல் புரிந்துகொள்ளலாம்' (Hockett 1958: 575).

5 அமைப்பு மொழியியலார் இத்தகைய படைப்புகளை ஒப்புமை யாக்கம் என்பதன் அடிப்படையில் விளக்க முற்படுவார்கள் (Hockett 1958: 575).

'ஒரு இலக்கண அமைப்பொழுங்கு (வாக்கிய-வகை, கட்டமைப்பு அல்லது பதிலீடு) ஒப்புமையாக்கம் என்று கூறப்படுகிறது. ஒரு முறையான ஒப்புமையாக்கம் பேசுவோன் இதற்கு முன்பு கேட்டிராத பேச்சு வடிவங்களைக் கூற அனுமதிக்கிறது. ஒத்த வடிவங்களை முன்பு கேட்டதிலிருந்து ஒப்புமையாக்கத்தின் அடிப்படையில், அவன் அவற்றை உண்டாக்கியதாக நாம் கூறலாம்' (Bloomfield 1933: 275).

6 'ஒரு மொழியின் இலக்கணம் என்பது இலக்கண வாக்கியங்களை மட்டும் தோற்றுவித்து வழுவான வாக்கியங்கள் எதையும் தோற்று விக்காத ஒரு சாதனம்' (Chomsky 1957: 13).

'இலக்கண வாக்கியங்களை மட்டும் தோற்றுவிக்க நம்மை அனுமதிக்கிறது... ஆனால் (ஒரு குறிப்பிட்ட பொருளில்) ஒரு மொழியின் எல்லா ஆனால் இலக்கண வாக்கியங்களை மட்டும் தோற்றுவிக்கும் ஒரு எளிய இயந்திரம்' (Lees 1974: 44, 57).

7 '... மயக்கப் பொருள் தரும் கட்டமைப்பை இரண்டு அல்லது அதற்கு மேலான உள்ளமைப்புகளிலிருந்து வருவித்து நம்முடைய உள்ளார்ந்த புரிதலை அது விளக்குகிறது' (Lees 1974: 45).

8 1975ஆம் ஆண்டு அக்டோபர் மாதம் பாரீஸுக்கு அருகில் Abbaye de oyaumount என்ற இடத்தில் ஜீன் பியாஜேக்கும் நோம் சோம்ஸ்கிக்கும் ஒரு விவாத மேடை உருவாக்கப்பட்டது. பியாஜே அவர்களைச் சார்ந்த ஆய்வாளர்களும் சோம்ஸ்கியைச் சார்ந்த ஆய்வாளர்களும் அந்த விவாத மேடையில் கலந்துகொண்டார்கள். அறிவுலகத்தில் அது ஒரு முக்கிய நிகழ்வு. பியாஜே கட்டமைப்பியம் (constructionism) என்ற கோட்பாட்டு அடித்தளத்திலும் சோம்ஸ்கி உள்ளுறையம் (innatism) என்ற கோட்பாட்டு தளத்திலும் தங்கள் விவாதங்களை முன்வைத்தார்கள். இந்த விவாதங்கள் பின்னர் நூலாக வெளிவந்தது (Massimo Piattelli-Palmarini, 1980).

4

சோம்ஸ்கியின் மொழிசார் தத்துவம்

நாம் முந்தைய இயலில் குறிப்பிட்டதைப் போல அறிவியல் துறைகளுக்கு இடையிலான சுவர்கள் செயற்கை ஆனவை. நாம், உளவியலையும் தத்துவத்தையும் மொழியியலோடு இணைத்துப் பார்க்கும் போது அது தெளிவாகும். மொழியியல், அதற்கென்று தனி அணுகுமுறைகளைக் கொண்டிருந்தாலும் உளவியலோடும் தத்துவத்தோடும் நெருக்கமான உறவைக் கொண்டுள்ளது. புலனறி உளவியலின் (cognitive psychology) ஒரு பிரிவாகவே சோம்ஸ்கி, மொழியியலைப் பார்க்கிறார். மொழி பற்றிய ஆய்வில் மூன்று வினாக்களை அவர் எழுப்புகிறார்.[1]

1. எவை மொழி அறிவை கட்டமைக்கின்றன?
2. இந்த மொழி அறிவு எவ்வாறு ஈட்டப்பட்டது?
3. இந்த மொழி அறிவு எவ்வாறு பயன்பாட்டில் செயல்படுத்தப் படுகிறது?

முதல் வினாவுக்குரிய பதில் மொழி அமைப்பை விவரிப்பதோடு அதன் பின்னணியில் உள்ள கோட்பாட்டை உருவாக்குவதற்குரிய முயற்சிக்கு நம்மை இட்டுச் செல்லும். இரண்டாவது வினாவுக்குரிய பதில் மொழி அமைப்பை நாம் புரிந்துகொண்ட பிறகு அந்த அமைப்பை குழந்தை தன் தாய்மொழியைக் கற்கும்போது எவ்வாறு பெறுகிறது என்பதை நாம் புரிந்துகொள்ள உதவும். மூன்றாவது கேள்விக்குரிய பதிலுக்கும் மொழி அமைப்பு பற்றிய அறிவு தேவைப்படுகிறது. இந்தப் பின்னணி இருந்தால்தான் எந்தெந்தச் சூழல்களில் எத்தகைய வாக்கியங்களை/சொற்களைத் தேர்ந்தெடுக்க வேண்டும் என்ற விதிகளையும் நாம் உணர்ந்துகொள்ளலாம். இந்த மூன்று வினாக்களில், தர்க்க ரீதியில் முதல் வினாவுக்குரிய பதிலை

மொழியியல் கோட்பாடு அளிக்கவேண்டியுள்ளது. இந்த முதல் வினாவுக்கு விளக்கம் கிடைத்தால்தான், நாம் இரண்டாவது வினாவுக்கும் மூன்றாவது வினாவுக்கும் விளக்கம் அளிக்க இயலும். ஆகையால்தான், ஆக்கமுறை இலக்கணம் மொழி அறிவின் இயல்பை விவரிப்பதிலும் விளக்குவதிலும் அக்கறை காட்டுகிறது. முதல் வினாவுக்குரிய விளக்கம் நம்மை இரண்டாவது வினாவுக்குரிய விளக்கத்தைத் தேடுவதற்கு அழைத்துச் செல்கிறது. ஆக்கமுறை இலக்கணக் கோட்பாடு முதல் இரண்டு வினாக்களுக்கும் விடை தேடுவதில் தன்னுடைய முழுக் கவனத்தையும் செலவிடுகிறது. முதல் வினாவுக்குரிய விடைதேடல் ஒரு மொழியை அறிந்தவனுடைய மன/மூளையின் நிலையைக் காட்டுகிறது. இரண்டாவது வினாவுக்கு உரிய விடை பொது இலக்கணத்தின் (universal grammar) குணாம்சங் களையும் அவற்றின் கொள்கைகள் ஒரு குறிப்பிட்ட மொழியைப் பெறுவதற்கு எவ்வாறு அனுபவத்துடன் செயலாற்றுகின்றன என்பதையும் அறிவதாகும்.

இந்த நூலின் முதல் அத்தியாயமும் இரண்டாவது அத்தியாயமும் முதல் கேள்விக்குரிய விளக்கங்களை அளிப்பதில் கவனம் செலுத்தின. மூன்றாவது அத்தியாயத்தில் இரண்டாவது கேள்வியை எழுப்பி அதற்குரிய விளக்கத்தை எவ்வாறு அமைப்பு மொழியியல் கோட்பாடும் ஆக்கமுறை இலக்கணக் கோட்பாடும் அளிக்கின்றன என்பதை நாம் பார்த்தோம். உளவியலும் தத்துவமும் நெருங்கிய தொடர்புடையன என்பதை நாம் மொழியியலோடு அத்துறைகளைத் தொடர்புபடுத்தும் போது உணரலாம். சோம்ஸ்கி புரட்சிகரமான கோட்பாட்டை மொழியியலில் நிறுவினாலும், அவர் தொடக்க காலத்தில் அமைப்பு மொழியியல் கோட்பாட்டின் செல்வாக்கிற்குத்தான் உட்பட்டிருந்தார். அவருடைய ஆசிரியர் ஹேரிஸ் அமைப்பு மொழியியல் கோட்பாட்டின் உருவாக்கத்தில் முக்கிய பங்கு வகித்தவர். ஆகையால், சோம்ஸ்கி அமைப்பு மொழியியலில் வகுக்கப்பட்ட கொள்கைகளையும் காணும்வழி முறைகளையும் கூர்மைப்படுத்தும் முயற்சியில்தான் ஈடுபட்டிருந்தார். அவர் பொருண்மையை இலக்கண ஆய்வின் பகுதியாக அப்போது ஏற்கவில்லை. பொருண்மையை இலக்கணத்தின் பகுதியாக ஏற்காத அத்தகைய போக்கை புளூம்பீல்டு கொண்டிருந்ததை நாம் முன்பே சுட்டிக்காட்டினோம்.

அமைப்பு மொழியியல் கோட்பாடு கொண்டிருந்த மொழியின் இயல்பு குறித்த கண்ணோட்டத்தை நாம் முன்பே கூறியிருக்கிறோம்.

அமைப்பு மொழியியல் மரபு இலக்கணங்களின் பின்னணியில் எழுந்தது. மொழிக்கு இலக்கணங்கள் எழுதியோர் அனைவரும் தாம் இலக்கணங்கள் எழுதிய மொழிகளைத் தெரிந்திருந்தார்கள். ஆகையால், அவர்கள் தாங்கள் அறிந்த மொழிகளுக்கு இலக்கணங்கள் எழுதும்போது, தங்களுடைய மொழி குறித்த உள்ளுணர்வுகளைப் பயன்படுத்தினார்கள். மேலும், அவர்களுடைய ஆய்வில் பொருண்மை முக்கிய பங்கு வகித்தது. பெரும்பாலும், மரபு இலக்கணங்கள் சில பொதுமைகளைச் சுட்டிக்காட்டிவிட்டு மற்றவற்றைப் படிப்பவர்களின் ஊகங்களுக்கு விட்டுவிடும். ஆகையால், அந்த இலக்கணங்கள் முழுமை பெறாதவை என்ற விமர்சனத்தை அமைப்பு மொழியியலார் முன்வைத்தார்கள்.

மேலும், அவை மொழியின் வடிவத்திற்கு முக்கியத்துவம் அளிக்காமல் பொருண்மைக்கு முதன்மை கொடுத்தன என்ற விமர்சனத்தையும் அவர்கள் முன்வைத்தார்கள். மரபு இலக்கணத்தார் இடையே வரையறுக்கப்படாத மொழிப் பொதுமை பற்றிய ஒரு கருத்தோட்டம் இருந்தது. ஆகையால், அமைப்பு மொழியியலார் மொழி ஆய்வு என்பது வடிவம் சார்ந்ததாக அமைதல் வேண்டும் என்ற கருத்தை வற்புறுத்தினார்கள். மொழிகள் எவ்வாறு தங்களுக்குள் மாறுபடும் என்பதை வரையறுத்துக் கூறுவது இயலாது. ஆகையால், மொழி சார்ந்த மொழிப் பொதுமைகளைத் தேடுவது பயனளிக்காது என்ற முடிவுக்கு அவர்கள் வந்தார்கள். மேலும் மொழிப் பொதுமை என்ற கருத்தை அவர்கள் எவ்வாறு பார்த்தார்கள் என்பதையும் நாம் தெரிந்துகொள்ள வேண்டும். ஒரு குறிப்பிட்ட மொழியியல் கூறு மொழிப் பொதுமை என்று சொல்லப்பட்டால், அது உலகமொழிகள் அனைத்திலும் காணப்பட வேண்டும். நாம் ஒரு மொழியில் காண்கின்ற ஒரு குறிப்பிட்ட மொழியியல் கூறு அதற்கு அடுத்து பேசப்படுகின்ற இன்னொரு மொழியில் இல்லாமல் போகலாம். மொழியில் வருகின்ற மொழியியல் கூறுகளை வரையறுத்துக் கூறுவது இயலாத காரியம்.

அமைப்பு மொழியியலார் அனைவரும் அந்தக் கருத்தைக் கொண்டிருந்தார்கள் என்று நாம் கூற முடியாது. அமைப்பு மொழி யியலாருக்குள் சிலர் வேறு வகையான கருத்தையும் கொண்டிருந்தனர். குறிப்பாக, ரோமன் யாக்கோப்ஸனைடு குறிப்பிடலாம். பிராக் மொழியியல் பள்ளி (Prague School) அமெரிக்க மொழியியல் பள்ளியிடமிருந்து வேறுபட்டது. ஒலியனியல் பகுதியில்

அவர்களுடைய சிந்தனை தனித்துவம் வாய்ந்ததாக இருந்தது. பொதுவாக, அமைப்பு மொழியியலார் ஒலியன்கள் மொழியின் அடிப்படைத் தனிமங்கள் என்றும் அவை மேலும் பகுக்க இயலாதவை என்றும் கருதினார்கள். ஆனால், பிராக் மொழியியலார் ஒலியன்கள் மேலும் பிரிக்கப்படக் (decompose) கூடியவை என்ற கருத்தைக் கொண்டிருந்தனர். அணு மேலும் பகுக்கப்பட இயலாதது என்றும் பின்னால் வந்த அறிவியலார் அதனை மறுத்து அது மேலும் பகுக்கப்படக் கூடியது என்றும் நிரூபித்தார்கள், அல்லவா?

பிராக் மொழியியலாரின் சிந்தனை அந்த அறிவியல் சிந்தனையோடு ஒப்பிடப்படக் கூடியது. ஒலியன் என்ற தனிமம் மேலும் பகுக்கப்படக் கூடியது. அவ்வாறு பகுக்கக் கூடிய ஒலியன்களின் அடிப்படைக் கூறுகள் ஒரு குறிப்பிட்ட எண்ணிக்கைக்குள் அடங்கக் கூடியவை. அத்தகைய அடிப்படை ஒலிக் கூறுகள் மொழிப் பொதுமைகள் ஆகும். ஒவ்வொரு ஒலியும் ஒலியனும் இந்தக் கூறுகளின் சேர்க்கை. உலகில் உள்ள மொழிகள் ஒவ்வொன்றும் தங்கள் மொழிகளுக்கு ஏற்ப இந்த மொழி ஒலிக்கூறுகளின் சேர்க்கை மூலம் ஒலியன்களை உருவாக்கிக்கொள்கின்றன. ஒலிநிலையில் மொழிப் பொதுமை களைக் கண்டுபிடித்த பெருமை பிராக் சிந்தனையாளர்களையே சாரும். சோம்ஸ்கி தம்முடைய தொடரியல் கோட்பாட்டின் கூறுகள் என்ற நூலில் இரண்டு வித மொழிப் பொதுமைகளைக் குறிப்பிட்டு இருப்பதை நாம் முன்னரே பார்த்தோம். ஒன்று வகைப்பாட்டுப் பொதுமைகள்; மற்றொன்று வடிவப் பொதுமைகள். அவற்றில் பிராக் சிந்தனையாளர்கள் முன்வைத்த மொழி ஒலிக்கூறுகள் வகைப் பாட்டு பொதுமையைச் சார்ந்தவை. ஒலிநிலையில் அவர்கள் பொதுமைகளைத் தேடினார்கள். ஒலியியக்கவியல் கூறுகளை மொழி ஒலிப் பொதுமைகளாக அவர்கள் எடுத்துக் கொண்டார்கள். அந்த அணுகுமுறையின் அடிப்படைச் சிந்தனை: ஒவ்வொரு மொழியும் ஒலியியக்கவியல் பொதுமைக் கூறுகளிலிருந்து தங்கள் மொழிகளுக்குத் தேவையான கூறுகளைத் தேர்ந்தெடுத்து ஒலியன்களை அமைத்துக்கொள்கின்றன என்பதாகும். அமைப்பு மொழியியலார் அனைவரும் பொது மொழியியல் கூறுகளுக்கு எதிர்ப்பானவர்கள் அல்ல. அமைப்பு மொழியியலாரிடமும் கருத்துவேறுபாடுகள் உள்ளன.[2]

மொழியில் உள்ள ஒலியன்கள் பகுக்க இயலாதவை அல்ல. ஒவ்வொரு ஒலியனும் பகுக்கப்பட்டு அதனுடைய ஒலியியக்கவியல் கூறுகளின் சேர்க்கைகளை நாம் அறிந்துகொள்ள முடியும்.

அறிவியலில் அணு உடைக்கப்பட்டு பகுக்கப்பட்டதைப் போல மொழிகளின் ஒலியன்கள் பகுக்கப்பட்டு அவற்றின் சேர்க்கையை நாம் விவரிக்க இயலும். அந்தச் சிந்தனை மொழியியலில் ஒரு திருப்புமுனையாக அமைந்தது. ஆனால், அமைப்பு மொழியியலில் இந்தச் சிந்தனை நீண்ட நாட்களாகச் செல்வாக்குப் பெறவில்லை. ஆக்கமுறை இலக்கணம் இந்தச் சிந்தனையைத் தோண்டியெடுத்து அதற்கு ஒரு நிலையான இடத்தையும் செல்வாக்கையும் பெறச் செய்தது. அதற்கு முக்கிய காரணமாக இருந்தவர் ரோமன் யாக்கோப்ஸன்னின் மாணவர் மோரிஸ் ஹாலே என்ற மொழியியல் அறிஞர். சோம்ஸ்கியும் ஹாலேயும் இணைந்து ஆங்கிலத்தில் ஒலி அமைப்பொழுங்கு (The Sound Pattern in English) என்ற முக்கியமான நூலை 1968ஆம் ஆண்டு வெளியிட்டார்கள். ஆனால், அவர்கள் ஒலியியக்கவியல் கூறுகளுக்குப் பதிலாகக் ஒலிபிறப்பியல் கூறுகளை (articulatory features) மொழி விவரிப்புக்குத் தேர்ந்தெடுத்தார்கள். இங்கும் அவர்கள் மொழிப் பொதுக்கூறுகளைத் தேடினார்கள். மொழிப் பொதுக் கூறுகளை எல்லா நிலைகளிலும் ஆக்கமுறை இலக்கணக்காரர்கள் தேட ஆரம்பித்தார்கள். நாம் இங்கு இன்னொரு செய்தியையும் குறிப்பிட வேண்டும். அமைப்பு மொழியியலாரில் சிலர் மொழிப் பொதுமைகளைத் தேடினார்கள் என்று முன்பு கூறினோம்.

கிரீன்பர்க்கை நாம் இங்குக் குறிப்பிட வேண்டும். அமைப்பு மொழியியல் பின்னணியில் உலக மொழிகள் பலவற்றை ஆராய்ந்து மொழிப் பொதுமைகள் சிலவற்றை தம்முடைய கட்டுரையில் குறிப்பிட்டார். உலகில் உள்ள மொழிகளில் சில

எழுவாய் + செயப்படுபொருள் + வினை (SOV)

என்ற வரிசைமுறையையும் வேறு சில மொழிகள்

எழுவாய் + வினை + செயப்படுபொருள் (SVO)

என்ற வரிசைமுறையையும் கொண்டுள்ளன. அவற்றில் முதல்வகை மொழிகளில் வேற்றுமையைக் குறிக்கும் உருபுகள், பெயருக்கு/ பெயர்த் தொடருக்குப் பின்பு வருகின்றன.

1. *நான் அந்தப் பையன் - ஐ வீட்ட் - உக்கு அனுப்பினேன்*
2. *மனிதன் நிலவ் - இல் கால்பதித்தான்*

-ஐ, -உக்கு, -இல் ஆகிய வேற்றுமை உருபுகள் பெயர்த்தொடர் களுக்குப் பின்னால் வருகின்றன. நாம் இந்த வாக்கியங்களை ஆங்கிலத்தில் மொழிபெயர்த்தால் வேறுபாடு தெளிவாக விளங்கும்.

3. I sent the boy to the house

4. Man landed on the moon

இந்த வாக்கியங்களில் வேற்றுமைப் பொருளை அளிக்கும் *the boy* என்பது வினைக்கு அடுத்தும் சேருமிடத்தைக் குறிக்கும் *to* என்பது *the house* என்ற பெயர்த் தொடருக்கு முன்னாலும் வருகிறது. ஆங்கிலம் *SVO* என்ற வரிசைமுறையையும் தமிழ் *SOV* என்ற வரிசை முறையையும் கொண்ட மொழிகள். கிரீன்பர்க்கின் கூற்று உண்மை என்பது இதனால் தெளிவாகிறது. அத்தகைய கூறுகள் உலகில் உள்ள பல மொழிகளை ஆராய்ந்த பின்னர் கூறப்பட்டன. மொழிப் பொதுமைகளைக் கூற நாம் உலகில் உள்ள பெரும்பாலான மொழிகளை ஆராய்ந்த பின்னரே கூற இயலும். அத்தகைய மொழிப் பொதுமைகளுக்கு இடையே உட்கீடை உறவையும் (implicational relation) நாம் காணலாம்: நாம் ஒரு குறிப்பிட்ட மொழிப் பொதுமை யிலிருந்து இன்னொரு மொழிப் பொதுமையை ஊகிக்கலாம். அதற்கு இன்னொரு எடுத்துக்காட்டைக் கூறி இந்தப் பகுதியை முடிப்போம். எட்வேர்டு கீனன், பெர்னார்டு கொம்ரி ஆகியயோர் உலகின் பல மொழிகளை ஆராய்ந்து சில மொழிப் பொதுமைகளைக் கூறினார்கள். பெயரெச்சமாக்கம் (relativization) என்ற இலக்கணச் செயல்பாட்டை நாம் பல மொழிகளில் காண்கிறோம். அந்த இலக்கணச் செயல் பாட்டில் இலக்கண உறவுகள் முக்கிய பங்காற்றுகின்றன.

4. இராமன் வீட்டுக்குச் சென்றான்

இந்த வாக்கியத்தைப் பெயரெச்சமாக்கும்போது நமக்கு,

5. வீட்டுக்குச் சென்ற இராமன்

என்ற பெயரெச்சத் தொடர் கிடைக்கிறது. வாக்கியம் *(4)*இல் எழுவாயாகச் செயற்படும் இராமன் என்ற பெயர்த்தொடர் *(5)*இல் தொடரின் தலைமைப் பெயராக மாறுகிறது. இவ்வாறு மொழிகளில் எழுவாய், செயப்படுபொருள், குறிக்கோள், சேருமிடம் போன்ற இலக்கண உறவுகளாகச் செயற்படும் தொடர்கள் பெயரெச்சத் தொடர்களின் தலைமைப் பெயர்களாக மாறுகின்றன. அந்த இலக்கண உறவுகள் ஒரு உட்கீடை அளவுகோலில் (implicational scale) வைக்கப்படுகின்றன. பெயரெச்சமாக்கத்தின் போது இவ்விலக்கண உறவுகளுக்கு இடையே ஒருவிதப் படிநிலை அமைப்பை நாம் காண முடிகிறது. சான்றாக, இவ்வுறவுகள் பின்வருமாறு காட்டப்படுகின்றன:

எழுவாய் (subject) > செயப்படுபொருள் (direct object) > மறைமுக

செயப்படுபொருள் (indirect object) > குறிக்கோள் அல்லது சேருமிடம் (goal) > பின்னுருபுகளின் செயப்படுபொருள் (oblique object) > உடைமை (genitive) > ஒப்பின் செயப்படுபொருள் (object of comparison).

பெயரெச்சமாக்கத்தின் போது ஒரு மொழியில் உள்ள வாக்கியங்களின் எழுவாய் முதலிலும் செயப்படுபொருள் பின்னரும் குறிக்கோள் அல்லது சேருமிடம் அதற்குப் பின்னரும் என்று மேலே அளவுகோலில் காட்டியவாறு அவை பெயரெச்சத் தொடரின் தலைமைப் பெயராக மாற்றப்படும். சான்றாக, இந்த அளவுகோலில் குறிக்கோள் அல்லது சேருமிடம் பெயரெச்சத் தொடரின் தலைமைப் பெயராக ஆக்கப்படுமானால், அதற்கு மேலுள்ள மறைமுக செயப்படு பொருளும் செயப்படுபொருளும் எழுவாயும் பெயரெச்சத் தொடரின் தலைமைப் பெயர்களாக ஆக்கப்படும். அளவுகோலில் ஒரு குறிப்பிட்ட புள்ளிக்கு மேலுள்ள அனைத்து இலக்கண உறவுகளும் இச்செயற்பாட்டிற்கு உட்படும். இந்தப் புள்ளிக்குக் கீழுள்ள இலக்கண உறவுகளுக்கு இது பொருந்தாது. இது ஒரு மொழிப் பொதுமை. ஆனால், உலகில் உள்ள பல மொழிகளை ஆராய்ந்த பின்னர் கீனனும் கொம்ரியும் இந்த முடிவிற்கு வந்தார்கள். இந்தக் கருதுகோளை எளிவரல் படிநிலை (accessibility hierarchy) என்று அவர்கள் கூறினார்கள். கீரின்பர்க்கை ஒட்டி மேற்கொண்ட ஆய்வுமுறை இது. மொழிப் பொதுமைகளை நிறுவப் பல மொழிகளை ஆராய வேண்டும் என்பது இந்த அணுகுமுறையின் பின்னணி. அமைப்பு மொழியியல் கோட்பாடு விதிவரு (inductive) தர்க்கத்தை பின்பற்றுகிறது. ஆகையால்தான், புளூம்பீல்டு மொழி ஆய்வில் உண்மையான பொதுமைகள் விதிவரு முறையினால் அமைவது என்று கூறுகிறார்.[3]

சோம்ஸ்கியின் அணுகுமுறை இதிலிருந்து முற்றிலும் மாறுபட்டது. அவர் விதிதரு தர்க்கத்தை பின்பற்றி மொழியியல் ஆய்வை மேற்கொள்கிறார். ஒவ்வொரு மொழியும் மொழியின் பொதுக் கூறுகளைக் கொண்டிருப்பதால், ஒரு குறிப்பிட்ட மொழியை ஆய்வதன் மூலம் மொழிப் பொதுமைகளை நம்மால் அறிய இயலும் என்று அவர் வாதாடுகிறார். ஆகையால், எல்லா மொழிகளையும் ஆராய்ந்த பிறகுதான் மொழிப் பொதுமைகளைக் கண்டுபிடிக்க இயலும் என்று நாம் நம்ப வேண்டிய தேவையில்லை. ஆக்கமுறை இலக்கணக்காரார்கள் பெரும்பாலும் ஒரு குறிப்பிட்ட மொழி ஆய்வின் அடிப்படையிலேயே மொழிப் பொதுமைகளைக் கருதுகோள்களாக

முன்வைக்கிறார்கள். சோம்ஸ்கி இரண்டு வித மொழிப் பொதுமை களைக் குறிப்பிட்டதை நாம் முன்பே கூறியிருக்கிறோம். ஒன்று வகைப்பாட்டுப் பொதுமைகள்; மற்றொன்று வடிவப் பொதுமைகள். ஒலியனியல் பகுதியில் நாம் பேசிய அடிப்படை ஒலிக் கூறுகள் வகைப்பாட்டுப் பொதுமைகள் என்பதன் பகுதியாகும். இலக்கண நிலையில் பெயர் என்றும் வினை என்றும் பெயரடை என்றும் வினையடை என்றும் நாம் பேசுகிறோம். மேலும் பெயர்த்தொடர் என்றும் வினைத்தொடர் என்றும் பெயரெச்சத்தொடர் என்றும் வினையெச்சத் தொடர் என்றும் தொடர்களின் வகைகளைப் பற்றிப் பேசுகிறோம். இவையெல்லாம் இலக்கண நிலையில் கூறப்படும் வகைப்பாட்டுப் பொதுமைகள் ஆகும். அத்தகைய வகைப்பாட்டு மொழிப் பொதுமைகள் பொருண்மை நிலையிலும் உள்ளன. அது குறித்தும் ஆய்வு மேற்கொள்ளப்படலாம்.

ஆக்கமுறைப் பொருண்மையியல் வகைப்பாட்டுப் பொதுமை களைத் தீர்மானிப்பதில் கவனம் செலுத்தியது. ஒவ்வொரு இலக்கண வகையையும் ஆக்கமுறைப் பொருண்மையியலார் குறைக்க முற்பட்டார்கள். சான்றாக, லாக்கெஃப், பெயரடை என்ற வகை இலக்கணத்தில் தேவை இல்லை என்றும் அதை வினையின் பகுதியாக அடக்கலாம் என்றும் வாதாடினார். ராஸும் இலக்கணத்தில் துணை வினைகள் என்ற ஒரு வகையை வினையின் ஒரு பகுதியாக அடக்கலாம் என்று வாதாடினார். அத்தகைய முயற்சி தமிழிலும் மேற்கொள்ளப்பட்டது (Rangan 1971). அத்தகைய அணுகுமுறை இலக்கணத்தின் வகையைக் குறைத்தது. அதைக் குறைத்தலியம் என்று நாம் கூறலாம். இன்னொரு வகை மொழிப் பொதுமை களையும் சோம்ஸ்கி விவரித்தார். அது வடிவப் பொதுமைகள். அது ஒரு இலக்கணத்தில் பயன்படுத்தப்படும் விதிகளின் இயல்பையும் அவற்றினுடைய செயல்பாட்டின் இயல்பையும் ஆராய்வது.

சோம்ஸ்கியும் அவருடைய ஆதரவாளர்களும் விதிகளின் தன்மையை ஆராயத் தொடங்கினார்கள். இலக்கணத்தின் விதிகள் ஒரு குறிப்பிட்ட மொழியின் அமைப்பை விவரித்தாலும் அவ்விதிகளின் பொதுத் தன்மைகள் எவை என்பதில் ஆக்கமுறை இலக்கணத்திற்கு நாட்டம் ஏற்பட்டது. ஒரு குறிப்பிட்ட மொழியின் அமைப்பை விவரிக்கத் தேவையான விதிகள் எவை? அவை எவ்வாறு செயல் படுகின்றன என்பதை ஆராய்ந்த போக்கு, விதிகளின் மொழிப் பொதுத்தன்மைகள் எவை என்பதைத் தேடவைத்தது. ஆக்கமுறைப்

பொருண்மையியலார் வகைகளும் பொதுமைகளைக் குறைக்க முயற்சிசெய்ததுபோல, சோம்ஸ்கியும் அவரைச் சார்ந்தவர்களும் மாற்றிலக்கணத்தில் செயல்படும் விதிகளைக் குறைக்க முயற்சி செய்தார்கள்.

ஆகையால், இலக்கண வகைகளையோ மாற்று விதிகளையோ குறைப்பது என்பது இருசாராரிடமும் காணப்படுகின்ற பொதுவான கூறாக உள்ளது. அம்முயற்சி கோட்பாட்டின் கூறுகளுள் ஒன்றாகிய சிக்கனக் கொள்கையின் பகுதி என்று நாம் கருதலாம். அதனை நாம் முன்பே குறைத்தலியம் என்று குறிப்பிட்டுள்ளோம். மொழியியலின் எல்லா வகைக் கோட்பாடுகளிலும் நாம் இக்கூறைப் பார்க்க இயலும். இயல் இரண்டில் மாற்றுவிதிகள் எவ்வாறு குறைக்கப்பட்டன என்பதை நாம் விரிவாக விவரித்திருக்கிறோம். நாம் இன்னொரு முக்கியமான செய்தியையும் இங்குக் குறிப்பிட வேண்டும். மாற்று விதிகள் வாக்கியத்தின் அக அமைப்பின் மீது செயல்பட்டுப் புற அமைப்பை வருவிக்கும்போது எத்தகைய கட்டுப்பாடுகளுக்கு அவை உட்படுகின்றன என்பதையும் நாம் விளக்க வேண்டும். சில கட்டுப்பாடுகளை ஏற்கெனவே கொடுத்துள்ளோம். அம்முயற்சிகள் எல்லாம் மொழிப் பொதுமைகளைத் தேடுவனவாகவே அமைந்தன. வகைப்பாட்டுப் பொதுமைகள் எவை என்று தேடுகின்ற முயற்சி ஒருபக்கமும் மாற்று விதிகள் வாக்கியங்களின் மீது செயல்படும்போது அவை பின்பற்ற வேண்டிய கட்டுப்பாடுகளாகிய வடிவப் பொதுமைகள் எவையென தேடுகின்ற முயற்சி இன்னொரு பக்கமும் நடந்துகொண்டிருந்தன. மொழிப் பொதுமைகளைத் தேடுதல் என்பது ஆக்கமுறை இலக்கணக்காரர்களின் பொதுவான பயணமாக இருந்தது.

ஆனால், அவர்கள் அனைவரும் தங்களுடைய கருதுகோள்களை ஒரு மொழியினுடைய தரவுகளின் அடிப்படை யிலேயே நிறுவ முயற்சி மேற்கொண்டார்கள். இது அமைப்பு மொழியியலுக்கும் ஆக்கமுறை இலக்கணத்திற்கும் உள்ள அடிப்படையான வேறுபாடு.

மொழியியலில் ஆக்கமுறை இலக்கணக்காரர்கள் மொழிப் பொதுமைகளைக் கண்டுபிடிக்க ஏன் மிக்க ஆர்வம் காட்டினார்கள்? விதிகள் முதலில் ஒரு மொழியின் அமைப்பை விவரிக்கப் பயன்படுத்தப்பட்டன. ஒரு மொழியின் அமைப்பை நுட்பமாக ஆராய ஆராய விதிகளின் வகைப்பாடும் எண்ணிக்கையும் கூடிக் கொண்டே போயின. ஒரு இலக்கணம் வண்ணனை நிறைவை

(descriptive adequacy) எய்த வேண்டுமானால், அது மொழி பேசுவோனின் மொழிசார் உள்ளுணர்வை விவரிக்க வேண்டும் என்பதைச் சோம்ஸ்கி வலியுறுத்தினார். அதாவது, மொழி பேசுவோன் தன் மொழியில் சில வாக்கியங்களுக்கு இடையே ஒருவித உறவு இருப்பதை உணரலாம். வாக்கியங்களுக்கு இடையே மட்டுமின்றி வாக்கியங்களுக்கும் தொடர்களுக்கும் இடையே கூட உறவு இருப்பதாக அவன் உணரலாம். ஆகையால், அத்தகைய உறவுகளை எல்லாம் ஆக்கமுறை இலக்கணம் விளக்க வேண்டும். அவ்வாறு விளக்க முற்படும்போது ஒரு குறிப்பிட்ட காலகட்டத்தில் உருவாகிய இலக்கணத்தில் கருத்தியல் கருவிகள் போதுமானவை அல்ல. அந்த நிலையில் புதிய விதிகளை இலக்கணத்திற்குள் அறிமுகப்படுத்த வேண்டிய சூழல் ஏற்படுகிறது.

ஆரம்ப காலகட்டத்தில் அண்மை உறுப்புப் பகுப்பாய்வு முன் மாதிரியைவிட மாற்றிலக்கணம் சிறந்தது என்பதற்கு முன்வைத்த வாதத்தை இப்போது நாம் நினைவு கூரலாம். உடன்பாட்டு வாக்கியங் களுக்கும் எதிர்மறை வாக்கியங்களுக்கும் உடன்பாட்டு வாக்கியங் களுக்கும் வினா வாக்கியங்களுக்கும் உடன்பாட்டு வாக்கியங் களுக்கும் ஏவல் வாக்கியங்களுக்கும் இடையிலான உறவை விவரிக்க வேண்டுமானால், மாற்று விதிகள் என்ற ஒரு வகைப் புதிய விதிகளை இலக்கணம் கொண்டிருக்க வேண்டும் என்ற வாதம் முன்வைக்கப் பட்டது. வாக்கியங்களுக்கு இடையிலான உறவு என்பது அந்த மொழியைப் பேசுவோனால் உணரப்படுகின்ற ஒருவித உணர்வு. அது மொழி அறிதிறனின் ஒரு முக்கிய பகுதி. அதன் அடிப்படையில் விதிகளின் வகையும் எண்ணிக்கையும் அதிகமாயின.

இவ்வாறு விதிகள் கூடிக்கொண்டே போவதும் ஒருவிதத்தில் ஆபத்தானது. ஆக்கமுறைப் பொருண்மையியலார் லாக்கஃப் பல புதிய விதிகளை மாற்றிலக்கணத்திற்குள் அறிமுகப்படுத்தினார். சான்றாக, ஆக்க மாற்று விதிகள் (derivational transformational rules) என்ற ஒரு புதிய வகை விதிகளை இலக்கணம் கொண்டிருக்க வேண்டும் என்று அவர் வாதாடினார்.

மேலும் சில விதிகள் இலக்கணத்திற்குள் அறிமுகப்படுத்தப்பட வேண்டும் என்பதற்குப் பல மொழியியல் சான்றுகள் அளிக்கப் பட்டன. அப்போக்கு வண்ணனை நிறைவு என்ற கட்டுப்பாட்டை முறையாக எதிர்கொண்டு மொழியின் அமைப்பை விளக்கினாலும் விதிகளின் எண்ணிக்கையையும் விதிகளின் செயல்பாட்டின்

ஆற்றலையும் எவ்வாறு கட்டுப்படுத்துவது என்பதிலும் கவனம் செலுத்த வேண்டியதின் தேவையைச் சோம்ஸ்கி வற்புறுத்தினார். அந்த முரண்களின் கூறுகள்தான் கோட்பாட்டின் வளர்ச்சிக்கு வழிகோலுகின்றன. அந்தச் சூழல்கள்தான் மாற்று விதிகள் செயல்படும் போது அவை பின்பற்ற வேண்டிய கட்டுப்பாடுகளைத் தேட ஆரம்பித்தன. ஆகையால், சோம்ஸ்கியும் அவரைச் சார்ந்தவர்களும் மாற்று விதிகள் பின்பற்றும் கட்டுப்பாடுகளைக் கண்டுபிடிக்க முயற்சி மேற்கொண்டார்கள். அதுதான் சோம்ஸ்கியையும் அவரைச் சார்ந்தவர்களையும் வடிவப் பொதுமைகளை ஆராயும் திக்கிற்கு இட்டுச் சென்றது. ஒரு பக்கம், மொழிகளை விவரிப்பதற்கு வேண்டிய புதிய வகை விதிகளைக் கண்டுபிடிப்பதும் அதேசமயம் விதிகளின் ஆற்றலையும் அவற்றின் எண்ணிக்கையையும் கட்டுப்படுத்துகின்ற போக்கையும் நாம் காண்கிறோம். வடிவப் பொதுமைகளை நாம் இரண்டாவது இயலில் விரிவாகப் பேசி யுள்ளோம். அவ்வாறு கண்டுபிடிக்கப்பட்ட மொழிப் பொதுமை களுக்கு நாம் எத்தகைய விளக்கங்களை அளிக்க வேண்டும்?

அவற்றிற்கு எவ்வித விளக்கங்களையும் அளிக்காமல் அவை ஒன்றின் அமைப்பை விவரிக்கப் பயன்படும் கருத்துக் கருவிகள் என்று கூறிவிடலாம். மாற்று அணுகுமுறை, அவற்றிற்கு முக்கியத்துவம் அளித்து அவற்றைத் தத்துவத்தின் பின்புலத்தோடும் உளவியல் பின்புலத்தோடும் விளக்க முற்படுகிறது. ஒரு மொழியைப் பேசுகின்றவர்கள் தங்களின் மொழிக்கூறுகளை மட்டுமின்றி உலக மொழிகளின் பொதுக் கூறுகளையும் பெற்றிருக்கிறார்கள். அக்கூறுகளை யாரும் யாருக்கும் கற்றுக்கொடுப்பதில்லை. அப்படி என்றால், அக்கூறுகளைக் குழந்தைகள் எவ்வாறு பெற்றார்கள்? ஆக்கமுறை இலக்கணத்தார் அக்கூறுகளைக் குழந்தைகள் பிறக்கும் போதே பெற்றிருக்கிறார்கள் என்று குறிப்பிடுகிறார்கள். இங்குதான் அமைப்பு மொழியியலாருக்கும் ஆக்கமுறை இலக்கணக்காரர் களுக்கும் கருத்து மோதல் ஏற்படுகிறது. அமைப்பு மொழியியலாரும் புற நடத்தையியலாரும் ஒன்றுபடுகிறார்கள். பொதுவாக, அறிவு எவ்வாறு பெறப்படுகிறது என்ற கேள்விக்கு இரு தரப்பினரும் இரு வகையான முற்றிலும் வேறுபாடான நிலையை மேற்கொள்கிறார்கள்.

அமைப்பு மொழியியலாரும் புற நடத்தையியலாரும் அறிவு என்பது அனுபவ வழியாகப் பெறப்படுகிறது என்ற நிலையை மேற்கொள்கிறார்கள். புலன்கள் வாயிலாக அறிவு பெறப்படுகிறது.

புறச் சூழல்களும் புலன்களும் அறிவின் ஊற்றுகள். அவர்கள் மனம் என்ற ஒன்று இருக்கிறது என்பதையே கேள்விக்கு உள்ளாக்குவார்கள். அனுபவம் என்பது மனம் என்ற வெற்றுப் பலகையில் (blank slate) எழுதுகிறது. புற நடத்தையியலாருள் சிலர் மனம் என்ற ஒன்று இல்லை என்றே கூறுவார்கள். அவர்களுடைய கருத்தின் அடிப்படையில் எழுப்பப்படும் வாதங்களை முன்வைக்கும் தத்துவம் அனுபவ வாதம் (empiricism) ஆகும்.

இதற்கு எதிர்நிலையில் உள்ள தத்துவம் பகுத்தறிவு வாதம் (rationalism) ஆகும். எல்லா தத்துவங்களும் மனிதனுக்கும் இயற்கைக்கும் உள்ள உறவைப் புரிந்துகொள்ளத்தான் பல கொள்கைகளை முன்வைக்கின்றன. அந்த அடிப்படையில் பார்க்கும்போது மொழி இயற்கையின் முக்கிய நிகழ்வாகும். மொழி எவ்வாறு அணுகப்படலாம் என்பதை நாம் இரு மொழியியல் கோட்பாடுகளை மையமாகக் கொண்டு விவரித்தோம். அமைப்பு மொழியியல் கோட்பாடு எந்த உளவியல், தத்துவக் கண்ணோட்டத்தில் மொழியை அணுகுகிறது என்பதை நாம் மேலே பார்த்தோம். மாற்றிலக்கணக் கோட்பாடு எத்தகைய உளவியல் பின்புலத்தில் மொழியை அணுகுகிறது என்பதை முந்தைய அத்தியாயத்தில் நாம் சுருக்கமாக விவரித்தோம். இப்போது அக்கோட்பாட்டின் தத்துவப் பின்புலத்தை நாம் காண்போம்.

முதலில் மொழியின் இயல்பைப் புரிந்துகொள்வதற்கும் அதன் தத்துவப் பின்னணிக்கும் தொடர்பு உள்ளதா என்ற கேள்வியை எழுப்பி அதற்கு விடை தேட முயற்சிசெய்வோம். மாற்றிலக்கணக் கோட்பாடு மொழியை எவ்வாறு விவரிக்கிறது? மொழி என்பதை பிளாக்கும் ட்ரேகரும் (Bloch and Trager, 1942), 'மொழி என்பது மரபுவழி வந்த வாய்மொழிக் குறியீடுகளின் ஒரு ஒழுங்கமைவு . ஒரு சமூகத்தின் கூட்டியக்கம் இதனால் நடைபெறுகிறது', என்று கூறுகிறார்கள். இந்த வரையறை மொழியை ஒலிகளின் தொகுதிகளாகவும் அவை ஒரு ஒழுங்கமைவில் உள்ளதாகவும் மொழியின் ஒலிகளுக்கும் அவை சுட்டும் பொருள்களுக்கும் உள்ள உறவு மரபுவழி வந்ததாகவும் விவரிக்கிறது. அது அமைப்பு மொழியியல் கோட்பாட்டின்வழி மொழியைப் புரிந்துகொள்ளும் ஒரு முயற்சி. நாம் இங்கு அந்தப் பார்வையின் இன்னொரு முக்கியத்துவத்தையும் குறிப்பிட்டுவிடுவோம். மொழிக்கு வடிவமும் (form) உண்டு; உள்ளடக்கமும் (content) உண்டு. அவை இரண்டும்

ஒரு நாணயத்தின் இரு பக்கங்கள் போல. மொழியின் வடிவம் தான் அறிவியல் அணுகலுக்கு எளிமை ஆனது என்ற புரிதலில் மொழியியலார் மொழியின் வடிவத்திற்கு முக்கியத்துவம் கொடுத்தார்கள். மொழியின் வடிவம் ஒலி என்ற கருதுகோளில் அந்த வரையறை மொழி ஆய்வைத் தொடங்கிவைக்கிறது. அடுத்ததாக, மொழியில் உள்ள சொற்கள் நமக்கு எளிதாகப் புலப்படுகிறது. ஆகையால், மொழி என்பது சொற்களின் திரட்சி என்று பார்க்கப் பட்டது. ஆகையால்தான், நம்முடைய மரபிலக்கணங்கள் சொற்களுக்கு முக்கியத்துவம் அளித்து அவற்றின் அமைப்பை விவரிக்க முற்பட்டன. அதுவும் ஒரு வடிவம் சார்ந்த பார்வை. இருப்பினும் மரபு இலக்கணங்கள் பொருண்மைக்கு முக்கியத்துவம் கொடுத்ததை நாம் குறைத்து மதிப்பிட முடியாது. சொல்லுக்கு அடுத்த பெரிய அலகு வாக்கியம் ஆகும். வாக்கியம் என்ற அலகை மையப்படுத்தி ஆய்வை அமைத்தது மாற்றிலக்கணம். மொழி என்பதை எண்ணிறந்த வாக்கியங்களின் தொகுதியாக மாற்றிலக்கணம் பார்த்தது. கோட்பாடுகள் வேறாயினும் மொழியின் வடிவத்தை மையப் படுத்தியதில் அவை ஒன்றுபடுகின்றன.

மாற்றிலக்கணம், ஒரு மொழி எண்ணிறந்த வாக்கியங்களை உள்ளடக்கியது என்று அதன் இயல்பை விவரிக்கிறது. இலக்கணத்தின் நோக்கத்தை வரையறுப்பதிலும் மாற்றிலக்கணக் கோட்பாடு அமைப்பு மொழியியல் கோட்பாட்டிலிருந்து வேறுபடுகிறது. ஒரு இலக்கணம் தான் விவரிக்கும் மொழியின் அனைத்து வாக்கியங் களையும் தோற்றுவிக்க வேண்டும். அவ்வாறு தோற்றுவிக்கும் போது எந்த ஒரு வழுவான வாக்கியத்தையும் அது தோற்றுவித்திடக் கூடாது. அது மாற்றிலக்கணத்தின் செயல்பாடு குறித்த அடிப்படை நோக்கம். அந்நோக்கத்தை நிறைவேற்றும் முறையில் அது தன்னுடைய கருத்துருக் கருவிகளை உருவாக்கிக்கொள்ள வேண்டும். அந்தக் கோணத்தில் பார்க்கும்போது, அது இலக்கணத்தை விதிகளின் ஒரு ஒழுங்கமைவு என்று வரையறுத்தது. விதிகள் என்பன இலக்கணத்தின் ஒரு முக்கிய கருத்துருக்கூறு. அது ஒரு தனி மொழியின் இலக்கணத்திற்கு மட்டும் அல்ல, மொழிகள் அனைத்தையும் விவரிப்பதற்கான பொதுவான பொது இலக்கணத்தின் கூறும் ஆகும். குழந்தை ஒரு குறிப்பிட்ட மொழியைத் தன் சமூகச் சூழல்களில் பெற ஆரம்பிக்கும் போது அந்தப் பொது இலக்கணம் செயல்படுகிறது. அந்தப் பொது இலக்கணத்திலிருந்து தன்னுடைய சமூகத்தினுடைய மொழியின் இலக்கணத்தைக் குழந்தை பெறுகிறது. அதற்குச் சமூகச்

சூழல்களும் அந்த மொழியின் தரவுகளும் துணைபுரிகின்றன. ஆனால், அந்தப் புறத் தரவுகளையும் சூழல்களை மட்டும் அடிப்படையாகக் கொண்டு குழந்தை மொழியைப் பெறவில்லை. குழந்தையின் மனதில்/மூளையில் உள்ள மொழிப்பேறு சாதனம் அதனுடைய சமூகத்தின் மொழியைப் பெறுவதில் பெரும்பங்கு வகிக்கிறது. மொழியின் இன்னொரு முக்கிய கூறையும் நாம் அதனுடன் இணைத்துப் பார்க்க வேண்டும். அதுதான் மொழியின் படைப்பாற்றல். படைப்பாற்றலைப் பற்றி ஒரு முக்கிய செய்தியைக் கூறிவிட்டு அதன் இயலை விவரிப்போம். படைப்பாற்றல் என்றவுடனேயே நமக்குச் சிறந்த கவிஞர்களின் கவிதைகளும் பெரும் எழுத்தாளர்களின் சிறந்த இலக்கியப் படைப்புகளும் நியூட்டன், டார்வின், ஐன்ஸ்டன் போன்றவர்களின் தலைசிறந்த கண்டுபிடிப்புகளும் நினைவிற்கு வருவது இயல்புதான். இந்தத் தன்மைகொண்ட படைப்புகளை படைப்பாற்றல்[1] என்று குறிப்பிடலாம். படைப்பாற்றல் என்ற சொல்லை இந்தப் பொருளில்தான் நாம் நம் அன்றாட வழக்கில் கையாளுகிறோம். இதில் எந்தப் புதுமையும் இல்லை. நாம் இதை உயர்நிலைப் படைப்பாற்றல் என்று குறிப்பிடலாம். ஆனால், நாம் இன்னொரு வகையான படைப்பாற்றலையும் பிரித்தறிய வேண்டி யுள்ளது. நாம் இதனைப் படைப்பாற்றல்[2] என்று குறிப்பிடலாம். இப்படைப்பாற்றல் மொழி பேசுகின்ற அனைவரிடமும் காணப் படுகின்ற ஒரு பண்பு. ஆக்கமுறை இலக்கணம் இந்த வகையான படைப்பாற்றலைப் புரிந்துகொள்ளப் பாடுபடுகிறது. சோம்ஸ்கி அதை மிகத் தெளிவாக ஃபூக்கோ அவர்களோடு நடத்திய விவாதத்தில் கூறுகிறார் (http//www.chomsky.info/debates/1971xxxx.htm):

> ...'படைப்பாற்றல்' என்று நான் பயன்படுத்தும் சொல் தனித்துவ மானது. அறிவியல் படைப்பாற்றலைப் பற்றிப் பேசும்போது, நீங்கள் நியூட்டனின் சாதனையைப் பேசுகிறீர்கள்.
>
> ஒரு புதிய சூழலை எதிர்கொள்ளும் குழந்தை காட்டும் படைப் பாற்றலைப் பற்றி நான் பேசுகிறேன் (ப.7).

இந்தப் படைப்பாற்றலால்தான் இதுவரை கேட்டிராத சொற்களையும் வாக்கியங்களையும் ஒரு குழந்தை கேட்கும்போது புரிந்துகொள்கிறது. அதேபோல் புதிய சூழல்களில் புதிய சொற்களையும் வாக்கியங் களையும் குழந்தை படைக்கிறது. அவ்வாறு புதியவற்றைப் படைக்கும் ஆற்றலைக் குழந்தை எங்கிருந்து எவ்வாறு பெற்றது? மொழியைப் பெறுவதற்காகக் குழந்தைக்கு வெளியுலகில் கிடைக்கும்

தரவுகள் வறுமையானவை. மேலும் பல முற்றுப்பெறா வாக்கியங்களையும் வழு வாக்கியங்களையும் அது வெளியுலகிலிருந்து பெறுகிறது. ஒரு வளமான இலக்கணத்தை உருவாக்க அவை போதுமானவை அல்ல. ஆகையால், குழந்தை பிறக்கும்போதே தன்னுடன் மொழிப்பேறு சாதனத்தையும் கொண்டிருக்கிறது. இப்பண்பு மனிதக் கூர்தலறத்தின் (human evolution) ஒரு கூறு. நாம் இதனை ஒரு உவமை மூலம் தெளிவுபடுத்தலாம். ஒரு வித்து நிலத்தில் ஊன்றப்பட்ட பிறகு முதலில் செடியாகவும் பின்பு மரமாகவும் வளர்கிறது. அந்த வித்து செடியாகவும் மரமாகவும் வளர வளமான மண்ணும் நீரும் சூரிய ஒளியும் முக்கியமான தேவைகள்தான். மண்ணும் நீரும் சூரிய ஒளியும் செடி வளர்வதற்குரிய புறத் தேவைகள். ஆனால் அவை செடியாக உருவாவதற்குரிய அடிப்படை இல்லை. வித்தின் சாரம்தான் செடிக்கான அடிப்படை. மண்ணும் நீரும் சூரிய ஒளியும் வித்து உருக்கொள்வதற்கு வேண்டிய புறத் தேவைகள். வித்தின் உள்ளடக்கம்தான் அது என்ன மரமாக வளரவேண்டும் என்பதைத் தீர்மானிக்கிறது. சமூகச் சூழல்களும் மற்றவையும் குழந்தை எந்த இலக்கணத்தைப் பெறவேண்டும் என்பதை நிர்ணயிக்கலாம். ஆனால், குழந்தையின் மொழிப்பேற்றை அது நிர்ணயிக்கவில்லை. மொழிப்பேறு என்ற நிகழ்வு குழந்தைப் பருவத்தில் இயற்கையாக நடைபெறுகிறது. மொழிப்பேறும் உடலியல் —குறிப்பாக மூளை—வளர்ச்சியும் நெருங்கிய தொடர்பு உடையவை. மொழிப்பேறு என்பது தனித்துவம் வாய்ந்தது.

மனித மனத்தில் கற்றல் என்ற புலம் (learning faculty) உள்ளது. அதுதான் நம்முடைய வாழ்க்கையில் பல்வேறு துறைகளைக் கற்கும் திறனின் இயல்பைத் தீர்மானிக்கிறது. மொழி கற்றல் மற்றவற்றைக் கற்பதிலிருந்து வேறுபடுகிறது. சான்றாக, கணிதம், இயற்பியல் போன்ற துறைகளைக் கற்பதினின்றும் மொழி கற்றல் வேறானது. சோம்ஸ்கி போன்ற அறிஞர்கள் மொழி கற்றல் தனித்துவமானது என்றும் அதற்கான மொழிப்புலம் (language faculty) தனியாக உள்ளது என்றும் கருதுகிறார்கள். மொழியியலாரில் சிலரும் பியாஜே போன்ற உளவியலாரும் மொழிக்கு என்று தனிப்பகுதி இல்லை என்றும் கற்றல் என்பது பொதுவான புலமைப் பகுதி என்றும் வாதிடுகிறார்கள். அது குறித்து சோம்ஸ்கியும் பியாஜேயும் நடத்திய விவாதம் குறிப்பிடத்தக்கது.[4] உளவியலோடு நெருங்கிய தொடர்பு உடையது என்றாலும் அது மொழி அறிவு குறித்த சர்ச்சை.

குறிப்புகள்

1 'இங்கு எழும் அடிப்படையான மூன்று கேள்விகள்:

i. எவை மொழி அறிவை கட்டியெழுப்புகின்றன?

ii. மொழி அறிவு எவ்வாறு பெறப்படுகிறது?

iii. மொழி அறிவு எவ்வாறு பயன்படுத்தப்படுகிறது? (Chomsky 1986: 3)

2 அமைப்பு மொழியியல் கோட்பாட்டிற்குள் ஆய்வை மேற்கொண்டவர்களுக்குள் வேறுபாடுகள் உண்டு. சான்றாக, சபீர், புளூம்பீல்டு ஆகியோரின் அணுகுமுறைகள் இடையே வேறுபாடுகள் உள்ளன. ஹேரிஸ், ஹாக்கெட் போன்றவர்கள் அமைப்பு மொழியியல் கோட்பாட்டின் வரையறைக்குள் எவ்வித சமரசமும் மேற்கொள்ளாமல் ஆய்வை நடத்தியவர்கள். பைக் போன்றவர்கள் கோட்பாட்டிற்குக் கொடுக்கும் முக்கியத்துவத்தைவிட மொழித் தரவுகளின் அடிப்படையில் காணப்படும் பொதுமைகளுக்கு முன்னுரிமை அளித்தார்கள். அதேபோல் பிராக் மொழியியல் பள்ளி சிந்தனையாளர்களும் அமைப்பு மொழியியல் கோட்பாட்டிற்குள் செயல்பாட்டிற்கு (function) முக்கியத்துவம் கொடுத்தார்கள்.

3 'மொழியைக் குறித்த பயனுள்ள பொதுமைகள் விதிவருமுறை பொதுமைகள்தான்' (Bloomfield 1933:20).

4 இந்த நூலின் 'சோம்ஸ்கியின் மொழிசார் உளவியல்' என்ற அதிகாரத்தில் உள்ள குறிப்பு எண் 9ஐப் பார்க்கவும். சோம்ஸ்கி மனித இயல்பைப் புரிந்துகொள்வதில் ஆர்வம் காட்டுகிறார். மொழி மூலம் மனித இயல்பைப் புரிந்துகொள்ள முடியும் என்ற நம்பிக்கையில் தம்முடைய மொழி ஆய்வை முன்னெடுத்துச் செல்கிறார். புலனறிவு பல புலங்களைக் கொண்டுள்ளது என்றும் அதில் ஒன்று மொழிக்கு உரியது என்று வாதிடுகிறார்.

மொழி கற்றல் ஆய்வின் மூலம் மனித இயல்பைப் புரிந்துகொள்ளலாம் என்று அவர் பியாஜேயுடன் வாதிடுகிறார் (Massimo Piattelli-Palmarini 1980). பொது இலக்கணத்தின் தன்மையைப் புரிவது மனித இயல்பை அறிவதற்கு நம்மை இட்டுச் செல்லும். அவர் இந்தக் கருத்தை பிரெஞ்சு நாட்டின் தத்துவவியலாளர் ஃபூக்கோவுன் வாதிடும்போதும் வற்புறுத்துகிறார். ஃபூக்கோவுக்கும் சோம்ஸ்கிக்கும் நடந்த விவாதத்தைப் பார்க்கவும் (*Human Nature: Justice versus Power* - Noam Chomsky debates with Michel Foucault & 1971 http//www.chomsky.info/debates/1971xxxx.htm).

5

சோம்ஸ்கியும் அரசியலும்

சோம்ஸ்கி மொழியியல் மூலம் அறிமுகமானதைவிட அரசியல் மூலம்தான் பெரும்பாலானவர்களுக்கு அறிமுகம் ஆகியுள்ளார். மொழியியலில் அவருடைய பங்களிப்பு மகத்தானது. மொழியியலில் ஒரு பெரும் புரட்சியை உண்டாக்கியவர் என்று அவர் கருதப்படுகிறார். இருப்பினும் அவருக்குத் தம் ஆசிரியர் ஹேரிஸ் அவர்களிடம் ஒரு ஈர்ப்பு ஏற்பட்டதற்குக் காரணம் தம்முடைய அரசியல் குறித்த கருத்தும் ஹேரிஸ் அவர்களின் அரசியல் குறித்த கருத்தும் நெருக்கமாக இருந்ததுதான். அவருடைய அரசியல் ஆர்வம் மொழியியலுக்கு மூத்தது. மகாத்மா காந்தி தம்முடைய சிறு வயதில் பார்த்த அரிச்சந்திரா நாடகத்தின் பாதிப்புதான் தம் வாழ்க்கையின் போக்கை நிர்ணயித்தது என்று கூறியது எனக்கு நினைவு வருகிறது. சோம்ஸ்கி தம்முடைய சிறு வயதில் நடந்த நிகழ்ச்சி ஒன்று தம்மீது பெரும் பாதிப்பை உண்டாக்கியதாகக் கூறுகிறார். முரட்டுத் தன்மைகொண்ட பையன் ஒருவன் மெலிந்த பலமற்ற இன்னொருவனைத் தாக்கி அடித்ததாகவும் அப்போது அவனோடு சண்டைபோட முடியாமல் தாம் இருக்க வேண்டிய சூழல் ஏற்பட்டதாகவும் அவர் குறிப்பிட்டுள்ளார். அந்த நிலைக்குத் தாம் வெட்கப்பட்டதோடு அதுவே தம் வாழ்நாள் முழுவதும் மனதை உறுத்திக்கொண்டிருந்ததாகவும் அவர் கூறுகிறார். அந்நிகழ்வு அவரை நியாயத்திற்காகப் போராடும் போராளியாக மாற்றிவிட்டது. நியாயம் (justice) என்ற கொள்கை அவருடைய அரசியல் நடவடிக்கைகளில் உள்ளூறைந்துள்ளது.

அறிவாளிகளும் அதிகாரமும்

அறிவாளிகள் என்ற சொல்லை ஆங்கிலத்தில் பயன்படுத்தப்படும் *intellectuals* என்ற சொல்லுக்கு இணையாக நாம் இங்குப் பயன் படுத்துகிறோம். அதிகார மையம் என்பது பல வகையான சமூகப் பிரிவுகளைச் சேர்ந்தவர்களை உள்ளடக்கியது. அந்த அமைப்பில்

மக்களால் தேர்ந்தெடுக்கப்பட்ட மக்களின் பிரதிநிதிகளும் அரசாங்கத்தின் அங்கமான அனைத்து நிலையிலுமான அதிகாரிகளும் நீதித் துறைகளைச் சேர்ந்தவர்களும் அடங்குவர். இங்குக் குறிப்பிடப் பட்டவர்கள் நேரடியாக அதிகார மையங்களில் உள்ளவர்கள். அதிகாரத்தில் உள்ளவர்கள் தங்களைத் தக்கவைத்துக்கொள்ளவும் தங்களைத் தக்கவைக்கும் முறையிலான திட்டங்களைத் தீட்டவும் அறிவாளிகளைப் பயன்படுத்துகிறார்கள். அவர்கள் எவ்வாறு பயன்படுத்தப்படுகிறார்கள் என்பதை முதலில் பார்ப்போம்.

பொதுவாக, ஒரு நாட்டின் வளர்ச்சியில் எல்லாத் தரப்பு மக்களும் ஈடுபடுத்தப்படுவதுதான் உண்மையான ஜனநாயகம். உண்மையான ஜனநாயகம் மக்கள் தங்கள் பிரதிநிதிகளைத் தேர்ந்தெடுப்பது மட்டும் அல்ல; அரசு எடுக்கும் கொள்கை முடிவுகளிலும் கொள்கை முடிவுகளைச் செயல்படுத்தும் முறைகளிலும் மக்கள் பங்கெடுப்பு மிகவும் அவசியமானது. பிரதிநிதிகளைத் தேர்ந்தெடுப்பது ஒரு குறியீடு மட்டும்தான். பொருளாதார வளர்ச்சியை அரசு இயந்திரம் செயல்படுத்தினாலும் கொள்கைகளை வகுப்பதிலும் செயல்படுத்தும் நெறிகளைத் திட்டமிட்டு அளிப்பதிலும் பொருளாதார வல்லுநர்களின் பங்கு முக்கியமானது. அதேபோல், சமூகவியலாரும் மானிட வியலாரும் உளவியலாரும் பொருளாதார வல்லுநர்களும் சமூக வளர்ச்சிக்குரிய கொள்கைகளை உருவாக்குவதிலும் அவற்றைச் செயல்படுத்தும் நெறிகளை வகுப்பதிலும் அவர்களின் பங்கு மகத்தானது. அவர்களின் பங்கு வெளிப்படையாகத் தெரியா விட்டாலும் அவர்களும் அரசு இயந்திரத்தின் இயக்கத்திற்கு முக்கியமானவர்கள். மொழிக் கொள்கைகளை வகுப்பதில் மொழி யியலார் பங்கு முக்கியமானது. சுருங்கக் கூறினால், அறிவாளிகள் திட்டங்களை உருவாக்குவதிலும் அவற்றைச் செயல்படுத்துகின்ற முறைகளிலும் தங்கள் பங்கை அரசு அதிகாரத்திற்கு அளிக்கிறார்கள். அவர்களின் செயல்பாடு மறைமுகமாக உள்ளது.

அதிகாரத்தைத் தக்கவைத்துக்கொள்ள 'போர்' ஒரு முக்கிய கருவியாகப் பயன்படுத்தப்படுகிறது. போர் ஏற்படுகின்ற சூழலில் நாட்டு மக்களின் முழுக் கவனமும் போரை நோக்கித் திருப்பி விடப்படுகிறது. கருத்து மோதல்கள் மறக்கப்பட்டு நாட்டுப்பற்று முன்னிறுத்தப்படுகிறது. சமூகத்தின் அனைத்துப் பிரிவினரும் தங்கள் முழு ஆற்றலையும் தங்கள் நாட்டின் வெற்றி என்ற திக்கை நோக்கிச் செலுத்துகிறார்கள்.[1] அதிகார மையம் எவ்வித அச்சுறுத்தலும்

இல்லாமல் தன்னை நிலைநிறுத்திக்கொள்கிறது. குறிப்பாக, அறிவாளிகள் போரின் வெற்றியை மையப்படுத்திப் போர்க் கருவிகளை உருவாக்குவதிலும் புதிய புதிய உத்திகளைக் கண்டு பிடிப்பதிலும் கவனம் செலுத்துகிறார்கள். அரசியல் கட்சிகள் கூட தங்களுக்குள் உள்ள வேற்பாடுகளை மறந்துவிடுகிறார்கள். பல நேரங்களில் போர்ச் சூழல்கள் இயற்கையாக அமைந்தாலும் அதிகார மையங்கள் தங்களின் இருப்புக்காக அத்தகைய சூழல்களைச் செயற்கையாக உருவாக்க வாய்ப்புகள் உள்ளன. போரில் உத்திகளைத் தீட்டுவதற்காக தொழில்நுட்பத் துறைகளில் ஆய்வுகளை மேற் கொண்டுள்ள அறிவாளிகள்-ஆய்வு வல்லுநர்கள்- அந்நேரங்களில் முக்கியப் பங்காற்ற வேண்டியுள்ளது. அதனால் அவர்களுக்குச் செல்வாக்கும் அதிகார மையத்திற்குள் நுழையக் கூடிய வாய்ப்புகளும் பெருகுகின்றன.[2] தங்கள் ஆய்வுத் திட்டங்களைச் சோதித்துப் பார்க்கப் போர்க்களம் நல்ல வாய்ப்பாக அமைகிறது. குறிப்பாக, அமெரிக்காவில் சமூகவியல் துறைகளிலும் மானிடவியல்துறை களிலும் ஆய்வை மேற்கொண்ட அறிஞர்கள் தங்கள் முன்மாதிரிகளைச் சோதிக்க வியட்நாம் போரைப் பயன்படுத்தியதாகக் கூறுகிறார்கள்.[3]

வியட்நாம் போரைப் பொருத்தவரை அமெரிக்கர்கள் அதை இரண்டு கோணங்களில் அணுகினார்கள். உலக நாடுகளின் ஜனநாயகத்தைக் காப்பாற்ற அமெரிக்கா முன்னணியில் நிற்க வேண்டும் என்றும் அதன் பகுதியாக வியட்நாமில் ஜனநாயகத்தை நிலைநிறுத்தத் தொடர்ந்து போரை நடத்த வேண்டும் என்றும் கூறுபவர்கள் ஒரு பகுதியினர்; மற்றொரு பகுதியினர் அந்தப் போரால் அமெரிக்கப் பொருளாதாரம் மிகவும் பாதித்துவிட்டதாகவும் அமெரிக்க இளைஞர்கள் பலரைப் பலிகொடுத்துவிட்டதாகவும் கூறி, அமெரிக்கா அந்தப் போரிலிருந்து விலகிக்கொள்ள வேண்டும் என்றும் வாதிடுபவர்கள் மற்றொரு பகுதியினர். குறிப்பாக, இரண்டாம் பிரிவினர் போரை நீக்கி வியட்நாமில் சமாதானத்தைக் கொண்டு வருபவர்கள் போல் தோற்றம் அளிக்கிறார்கள். அந்தப் பிரச்சினையின் அடிப்படையைக் கவனிக்காமல் மேலோட்டமான தீர்வை அவர்கள் முன்வைக்கிறார்கள்.

சோம்ஸ்கி தம்முடைய வாதத்தில் அந்தப் பிரச்சினையை அறநெறி நின்று கேள்வி எழுப்புகிறார். அவரும் ஹெர்மனும் சேர்ந்து நியூ யார்க் டைம்ஸ் என்ற பத்திரிக்கைக்கு எழுதிய கடிதத்தில் அந்தப் பிரச்சினையின் அடிப்படையான கேள்வியை எழுப்பினார்கள்.

வியட்நாம் என்ற ஒரு அந்நிய நாட்டில் தன்னுடைய படையைக் கொண்டு போரை நடத்த அமெரிக்காவுக்கு என்ன உரிமை இருக்கிறது?[4] அமெரிக்க அறிவாளிகள் இந்தக் கேள்வியை ஏன் எழுப்பவில்லை? அத்தகைய கேள்விகள் அவர்களுடைய அறிவின் பரப்பிற்குள் வராது. அமெரிக்க அறிவாளிகள் தங்கள் நாட்டின் முதன்மையை மையப்படுத்தியும் கொள்கை அளவில் முதலாளித்துவ சட்டக வரம்பிற்குள்ளும்தான் தங்கள் சிந்தனையைச் செலுத்துவார்கள். ஆகையால் அவர்களுக்கு இன்னொரு நாட்டின் உள்விவகாரங்களில் தலையிட என்ன உரிமை இருக்கிறது என்பது பற்றி நினைக்க மாட்டார்கள். உலக நாடுகள் அனைத்தையும் தங்கள் கட்டுப் பாட்டுக்குள் தக்கவைத்துக்கொள்வதில்தான் அவர்களுடைய நாட்டம் முழுமையாக உள்ளது. அந்தக் குறிக்கோளை நிறைவேற்றத் துடிக்கும் அமெரிக்க அரசுக்கு அவர்கள் துணைபோவதால் அவர்கள் அதிகார மையத்தில் பங்குபெறவும் செல்வாக்கு பெறவும் வாய்ப்புகள் பெருகுகின்றன. ஆகையால் அவர்களுடைய சிந்தனை ஒரு பிரச்சினையின் நியாயத்தைப் பார்ப்பதைவிட அந்தப் பிரச்சினையால் அமெரிக்க அரசுக்கு எத்தகைய சாதகமும் பாதகமும் உள்ளன என்பதன் அடிப்படையில்தான் தீர்வுகாண முயற்சி செய்யும்.

அறிவாளிகளின் தர்ம சங்கட நிலை

அறிவாளிகள் சமூகத்தின் கண் போன்றவர்கள். அவர்களது சிந்தனை மூலம் கொள்கைகளும் கோட்பாடுகளும் உருவாக்கப்படுகின்றன. அவைதான் ஒரு சமூகத்தின் பொருளாதார வளர்ச்சிக்கும் பண்பாட்டுத் தொடர்ச்சிக்கும் உறுதுணையாக நிற்பவை. அவர்கள் தங்கள் பகுத்தறிவின் துணையோடு பிரச்சினைகளை அணுகுகிறார்கள். சமூகத்தின் வழிகாட்டியாகவும் அவர்கள் கருதப்படுகிறார்கள். தேவையான தரவுகளையும் செய்திகளையும் திரட்டி மக்களுக்கு உண்மையை வெளிக்கொணர வேண்டிய பொறுப்பு அவர்களுக்குக் கூடுதலாக உள்ளது. மனசாட்சிக்குக் கட்டுப்பட்டும் சுதந்திரமான சிந்தனையோடும் பிரச்சினைகளை அணுக வேண்டியது அவர் களுடைய கடமை. ஆனால் அமெரிக்க அறிவாளிகள் அத்தகைய நிலையை மேற்கொள்கிறார்களா என்பது கேள்விக்குறியாகவே இருக்கிறது.

அமெரிக்கா கருத்துச் சுதந்திரம் உள்ளதுபோல் தோற்றம் அளித்தாலும் அது சுதந்திரமற்ற ஒரு வகையான கட்டுப்பாட்டுக்குள்

உள்ளதாகவே தோன்றுகிறது. முதலாளித்துவம் என்ற கொள்கையின் பரப்பிற்குள்ளேயே அறிவாளிகளின் விவாதங்கள் முடக்கப் பட்டிருக்கும். வியட்நாம் போரின்போது நிகழ்ந்ததாக நாம் முன்பு சுட்டிக்காட்டிய உதாரணம் அமெரிக்காவில் உள்ள அறிவாளிகளின் அறிவு வீச்சின் எல்லைச் சுருக்கத்தை நமக்குக் காட்டுகிறது. அங்குப் பல்வேறு கொள்கைகளும் கோட்பாடுகளும் மோதவில்லை. அங்கு முதலாளித்துவக் கொள்கையின் விரிவைத்தான் நம்மால் பார்க்க முடிகிறது. மொழியும் பொறுப்பும் (Language and Responsibility) என்னும் நூலில் சோம்ஸ்கி ஒரு சிறிய சம்பவத்தைக் குறிப்பிடுகிறார். ஒருமுறை ஹார்வேர்டு பல்கலைக்கழகத்தில் ஒரு விவாத மேடை அமைக்கப்பட்டு அதற்குப் பல்வேறு கொள்கைகளைத் தழுவிய அறிவாளிகளை அழைக்க ஏற்பாடு செய்தார்களாம். புலமை நகரமாகக் கருதப்படும் ஹார்வேர்டிலும் போஸ்டனிலும் மார்க்சியக் கோட்பாட்டைத் தழுவி வாதாடும் ஒருவரை அவர்களால் கண்டுபிடிக்க முடியவில்லை.

குறிப்பாக, பொருளாதாரத் துறையிலும் வரலாற்றுத் துறையிலும் மார்க்சியப் பின்னணி கொண்ட ஒரு பேராசிரியரை அமைப்பாளர் களால் விவாத மேடைக்குக் கொண்டு வர இயலவில்லை. இறுதியாக, அவர்கள் சோம்ஸ்கியை அணுகி மார்க்சியக் கோட்பாட்டின் பிரதிநிதியாகக் கலந்துகொள்ளுமாறு விவாத மேடைக்கு அழைத்தார் களாம். மார்க்சியப் பின்னணி இல்லாத நிலை அமெரிக்காவின் அறிவுப் பரப்பின் சுருக்கத்தையும் அறிவு எல்லையின் வறுமையையும் வெளிப்படுத்துகிறது. அமெரிக்க அறிவாளிகள் தங்கள் சிந்தனை ஓட்டத்தை முதலாளித்துவ கொள்கைக்குள்ளும் கோட்பாட்டுக்குள்ளும் முடக்கி வைத்திருக்கிறார்கள். அங்கு அறிவு சுதந்திரமாகவும் கட்டுப்பாட்டு அற்றதாகவும் இல்லை. ஒரு குறிப்பிட்ட வீச்சுக் குள்ளேயே அவர்களுடைய வாதங்களும் சிந்தனைகளும் முடங்கிக் கிடக்கின்றன. எல்லா விதமான கருத்துகளும் கோட்பாடுகளும் சுதந்திரமாக அங்குப் பிரதிநிதித்துவப்படவில்லை. முதலாளித்துவக் கொள்கைக்குள்ளும் கோட்பாட்டிற்குள்ளும் அந்தக் கருத்துச் சுதந்திரம் ஒடுங்கிக் கிடக்கிறது. அந்தச் சூழலில் அமெரிக்க அறிவாளிகளின் சிந்தனை ஓட்டம் அந்த நாட்டிற்கு ஏற்படும் சாதகங்களையும் பாதகங்களையும் ஒட்டிதான் அமையும். ஆகையால்தான் வியட்நாம் போரில் அமெரிக்கத் தலையீடு தவறானது என்று கோட்பாட்டு நிலையில் அமையாமல் அந்தப் போரினால் ஏற்பட்ட பொருளாதார இழப்பும் அமெரிக்க வீரர்களின் இழப்பும்தான் அமெரிக்க

அறிவாளிகளில் சிலரை வியட்நாம் போருக்கு எதிர்ப்பு தெரிவிக்க வைத்தது. அந்நிகழ்வு அவர்களின் சிந்தனை வீச்சின் குறுக்கத்தை நமக்குக் காட்டுகிறது. அமெரிக்க அறிவாளிகள் பிரச்சினைகளை எவ்வாறு அணுகுகிறார்கள் என்பதற்கு அது போதிய சான்று.

இன்னொரு முக்கிய செய்தியையும் நாம் இங்குக் குறிப்பிட்டாக வேண்டும். ஒரு பிரச்சினையை ஆராயும்போது அறிவாளிகளுக்கு ஒரு நெருக்கடி ஏற்படுகிறது. அந்தப் பிரச்சினையின் இயல்பை ஒட்டி தர்க்க முறையில் எட்டுகின்ற முடிவுக்கும் அதிகார மையத்தைக் கருத்தில் எடுத்துக்கொண்டு அந்தப் பிரச்சினைக்கு எட்டுகின்ற முடிவுக்கும் ஒரு முரண்பாடு வந்துவிடுகிறது. அறிவாளிகள் அந்த நிலையில் ஒரு தர்ம சங்கடத்திற்கு உள்ளாகிறார்கள். அறநெறியில் நிற்பதா? அல்லது அதிகார மையவழி நிற்பதா? முதல் நிலையைத் தேர்ந்தெடுப்பது அவரை ஒரு சமூகப் பொறுப்பாளி ஆக்கும்; இரண்டாவது வழி அவருக்கு அதிகார மையத்தில் உரிய இடத்தையும் மரியாதையையும் பெற்றுத் தரும். மேலும் அது அவருடைய பொருளாதார வளத்தையும் பெருக்கும். அந்த நிலை அமெரிக்க அறிவாளிகளுக்கு மட்டுமுள்ள நெருக்கடி அல்ல; உலகிலுள்ள எல்லா அறிவாளிகளுக்கும் இருக்கின்ற தர்ம சங்கடமான நிலைதான் அது.

பெரும்பாலோர் இரண்டாவது நிலையை மேற்கொள்கிறார்கள். அவர்களுடைய அறிவும் திட்டமிடல் தன்மையும் அதிகார மையத்தால் திறமையாகப் பயன்படுத்தப்படுகின்றன. அந்த நிலை இரு பக்கத்தினருக்கும் சாதகமான பயன்களைத் தருகிறது. ஆனால் சிறுபான்மையினரான அறிவாளிகள் முதல் நிலையைத் தேர்ந்தெடுப்பதன் மூலம் சமூகப் பொறுப்பாளிகள் ஆகிறார்கள். பொருளாதார இழப்பு ஏற்பட்டாலும் அதிகார மையத்தின் கோபத்தை எதிர்கொண்டாலும் அவர்கள் சமூகத்திற்காகத் தொடர்ந்து போராடுகிறார்கள்.

சோம்ஸ்கி அமெரிக்க அரசின் கோபத்தை எதிர்கொண்டாலும், அவர் தொடர்ந்து அமெரிக்காவின் வெளிநாட்டுக் கொள்கைகளை விமர்சித்துக்கொண்டிருக்கிறார். அதற்குச் சான்றாக, அவர் வியட்நாமில் அமெரிக்கா மேற்கொண்ட போர் நடவடிக்கைகளுக்கு எதிராக நடத்திய போராட்டங்களைக் குறிப்பிடலாம். வியட்நாமில் நடைபெறும் போருக்காக அமெரிக்கா தன் குடிமக்களின் வரிப் பணத்தைச் செலவிடுவதால், அக்குற்றத்தைத் தடுக்கும்வழியில் தாம் அமெரிக்கக் குடிமகன் என்ற முறையில் வரி செலுத்துவதற்கு எதிர்ப்புத்

தெரிவித்தார். அதற்காக அமெரிக்க அரசு அவரைச் சிறையிலும் அடைத்தது. அரசுக்கு எதிரானவர்கள் என்று ஒரு பட்டியலை அமெரிக்க உளவு நிறுவனம் நிக்சன் அமெரிக்க ஜனாதிபதியாக இருந்தபோது தயாரித்திருந்தது. அந்தப் பட்டியலில் சோம்ஸ்கியின் பெயரும் இருந்தது குறிப்பிடத்தக்கது.

உலக நாடுகள் அனைத்தும் தன் கட்டுப்பாட்டுக்குள் இருக்க வேண்டும் என்ற ஒரு உலக நியதியை (world order) நிலைநிறுத்த அது கடுமையாகப் பாடுபடுகிறது. அது ஜனநாயகத்தை உலகில் நிலை நிறுத்தப் பாடுபடுகிறது என்ற போர்வையில் தனக்கும் தன்னுடைய கொள்கைகளுக்கும் இசையாத தலைவர்களைக் கவிழ்ப்பதும் அதன் பிறகு தனக்குத் தலையாட்டும் தலைவர்களை உருவாக்குவதும் அவர்களை ஆட்சி அதிகாரத்தில் உட்காரவைப்பதும் அதன் போக்கு. சில நேரங்களில் தானே உருவாக்கிய தலைவர்கள் தனக்கு ஒத்துப் போகவில்லை என்றால் அவர்களை அப்புறப்படுத்தவும் தயங்குவது இல்லை. அதற்கு ஒரு நல்ல சான்று இராக்கின் அதிபராக இருந்த சதாம் ஹுசேயின். அமெரிக்கா உலக நாடுகளை இருவழிகளில் கட்டுப்படுத்த முனைகிறது. முதலாவது முறை, வளரும் நாடுகளைப் பொருளாதார ரீதியில் கட்டுப்படுத்த முயற்சிசெய்வது; இரண்டாவது, பகை நாடுகளுக்குப் போர்க்கருவிகளை வழங்கி இரு பக்கத்தினரையும் ஊக்கப்படுத்துவது. போர் எழும் சூழலில் பஞ்சாயத்துக்காரர் போல் செயல்படுவது. வணிகத்தை அடிப்படையாகக்கொண்ட அமெரிக்க அரசுக்கு போர்க்கருவி வியாபாரம் உலக அளவில் இலாபகரமானது.

போர் வருவது போன்ற சூழல்களை உருவாக்கி அதே நேரம் போர்க்கருவிகளை விற்றுப் போர் வராமலும் பார்த்துக்கொள்ளும் தந்திரத்தைக் கையாளுவதில் அமெரிக்காவும் வல்லரசுகளும் பேர் போனவை. அத்தகைய சூழல் வளரும் நாடுகள் பொருளாதாரச் சுதந்திரத்தை அடைய முடியாமல் பார்த்துக்கொள்ளும். அதுபோன்று தொடரும் சூழல்களில் வல்லரசுகள் தங்கள் வணிகத்தைச் சிறப்பாகத் தக்கவைத்துக்கொள்ளும்.

ஆட்சி மூலம் அதிகாரத்தைச் செலுத்திய மேலை நாடுகள் தற்போது பொருளாதார ரீதியாக உலக நாடுகளை— குறிப்பாக, பொருளாதார வளர்ச்சியில் முனைப்புக் காட்டும் வளரும் நாடுகளை-தங்கள் கட்டுப்பாட்டில் வைத்திருக்க முனைந்திருக்கின்றன.

சோம்ஸ்கியின் அணுகுமுறை

சோம்ஸ்கி அமெரிக்காவின் முதலாளித்துவப் போக்கை மட்டும் எதிர்க்கவில்லை; அவர் பொதுவுடைமைக் கொள்கைகளை ஏற்றுக்கொண்டாலும் அவற்றைச் செயல்படுத்த முனைந்த ரஷ்யாவின் அணுகுமுறையையும் கண்டித்தார். அவர் ஜனநாயகத்துக்கு எதிரான அணுகுமுறையை ஆதரிப்பதில்லை. அவர்களின் அணுகு முறையை அரசு முதலாளித்துவம் (state capitalism) என்று அவர் வர்ணிக்கிறார்.

சர்வாதிகார முறையில் எந்த ஒரு கொள்கையையும் ஒரு சமூகத்தின் மீது திணிக்கக் கூடாது என்று அவர் வாதிடுகிறார். கட்டுப்படுத்துதல் என்பது மனித இயல்புக்கு எதிர்மறையானது என்பது அவருடைய கருத்து. மனிதன் சுதந்திரமானவன்; அற உணர்வு உள்ளவன். சுதந்திரமான கட்டுப்பாடற்ற சூழல்கள் மனிதனின் படைப்பாற்றலை வெளிக்கொணரும். அத்தகைய சூழல்களைச் சமூகத்தில் உருவாக்குவது தான் அரசின் கடமை. அவனுடைய சிந்தனைகள் கட்டுப்பாடற்ற இயற்கையான சூழல்களில் சுதந்திரமாக வெளிப்பட சமூகமும் அரசும் துணைபுரிய வேண்டும். அத்தகைய கருத்தியல் நிலையிலான சமூகச் சூழல்களை (ideal social conditions) உருவாக்குவதுதான் ஓர் அரசின் முக்கிய கடமை ஆகும். அமெரிக்க அரசின் போக்கும் ரஷ்ய அரசின் போக்கும் அதற்கு எதிர்மறையானவை. அவை இரண்டும் உலக நாடுகளைக் கூறுபோட்டுத் தங்கள் பிடியில் தக்கவைத்துக்கொள்ள போட்டியிட்டுக்கொண்டிருக்கின்றன. அப்போக்கு மனித குல வளர்ச்சிக்கும் வளரும் நாடுகளின் வளர்ச்சிக்கும் குந்தகமானவை. வல்லரசுகள் உலக நாடுகளின் பொருளாதார வளர்ச்சியையும் போக்கையும் கட்டுப்படுத்த நினைக்கின்றன. உலக சமாதானம் பேசிக்கொண்டே போர் மூளுவதற்குரிய சூழல்களையும் அவை உருவாக்குகின்றன.

சோம்ஸ்கியின் அணுகுமுறையில் அறநெறி முதன்மைப்படுத்தப் படுகிறது. மனித இயல்புகளில் முதன்மையானது அறத்திற்காகப் போராடுவதுதான். அந்த இயல்பை அவர் மனிதனின் அடிப்படைப் பண்பாகக் கருதுவதை அவர் பல தத்துவ அறிஞர்களுடனும் நிகழ்த்திய விவாதங்கள் நமக்குத் தெளிவாக உணர்த்துகின்றன.

குறிப்பாக, ஃபூக்கோ என்ற ஃபிரெஞ்சு நாட்டு அறிஞருடன் அவர் நிகழ்த்திய விவாதத்தில் மனிதப் பண்பு, நியாயத்தை நாடுவதுதான் என்று வற்புறுத்துவதை நாம் பார்க்க முடிகிறது.

ஃபூக்கோ வரலாறு அதிகார மாற்றத்தை விவரிப்பது என்று விவாதிக்க சோம்ஸ்கி வரலாற்றை மனித இனம் நியாயத்தை நிலைநிறுத்த மேற்கொண்ட போராட்டத்தின் விவரிப்பு என்று வாதிடுகிறார். மனித இனத்தின் உள்ளார்ந்த இயல்பு, கட்டுக் களிலிருந்து விடுபடப் போராடுவதுதான். ஆகையால், அதிகார மையங்களின் விலங்குகளை உடைத்து சுதந்திரமான சிந்தனையை முன்னெடுத்துச் செல்வதுதான் மனித குலத்தின் இயற்கையான பண்பு. அதிகார மையங்கள் சமூக நடவடிக்கைகளைத் தங்கள் கட்டுப் பாட்டுக்குள் வைக்க முனையும்போது மனித இயல்பு அதனை எதிர்த்துப் போராடுகிறது. வரலாறு என்பது கட்டுப்பாடுகளைத் தகர்ப்பதும் சுதந்திரமான சிந்தனைகளை மனித குல மேம்பாட்டிற்கு முன்னெடுத்துச் செல்வதுமாகும். அது மனித இயல்பு குறித்த ஒரு தத்துவ விசாரணையும் ஆகும். சோம்ஸ்கி தம்முடைய நேர்காணலில் ஒரு செய்தியை அடிக்கடி குறிப்பிடுகிறார்.

பேட்டியாளர்கள் அவரிடம் 'தங்களுடைய' மொழியியல் அணுகு முறைகளுக்கும் அரசியலில் மேற்கொள்ளும் அணுகுமுறைகளுக்கும் ஏதேனும் அடிப்படையான தொடர்பு இழையோடுகிறதா?' என்று கேட்பார்கள்? அப்படி எந்த விதமான தொடர்பும் இருப்பதாகத் தமக்குத் தெரியவில்லை என்று அவர் கூறுகிறார். அரசியலில் அவர் தம்மை ஒரு புலமையாளர் என்று எப்போதும் கருதியது இல்லை. சாதாரண மனிதனைப் போல்தான் தாம் பிரச்சினைகளை அணுகுவதாகவும் போதிய தரவுகளும் அவற்றை அணுகுவதற்குரிய நேர்மையும் மட்டும்தான் தம்மிடம் உள்ளதாக அவர் குறிப்பிடுகிறார். எந்த ஒரு அதிகார மையத்தின் பக்கமும் சாராமல் பகுத்தறிவு வழியில் வாதங்களை மேற்கொண்டு இறுதி முடிவுக்கு வருவதாக அவர் கூறுகிறார். மனித இயல்பு குறித்த ஒரு தத்துவப் பார்வையும் பகுத்தறிவு அணுகுமுறையும்தான் அவரை அம்முடிவுகளுக்கு இட்டுச்செல்வதாகத் தோன்றுகிறது. நாம் இங்குக் குறிப்பிடுகின்ற பகுத்தறிவு, உண்மையைக் காணவேண்டும் என்பதையும் அறிவாளி களுக்கு உண்மையை மக்களிடம் கொண்டு செல்ல வேண்டிய கடமை உள்ளது என்ற நேர்மையையும் அடித்தளமாகக் கொண்டது. ஆகையால் அவர் யாரிடமும் எப்போதும் எந்த விதமான சமரசமும் செய்து கொள்வது இல்லை. நாம் அவரிடம் இந்தத் தன்மையை மொழியியல் அணுகுமுறையிலும் அரசியல் அணுகுமுறையிலும் பார்க்க முடிகிறது. நாம் அதை சோம்ஸிகியிடம் காணும் பொதுத்தன்மை என்று கருதலாம்.

அறிவியலும் கருத்தியலும்

சோம்ஸ்கி அவர்கள் 1972ஆம் ஆண்டு ஜவஹர்லால் நேரு நினைவுச் சொற்பொழிவு ஒன்றைத் தில்லியில் ஆற்றினார். அந்தச் சொற்பொழிவின் மையப் பொருள் 'அறிவியலும் கருத்தியலும்' (Science and Ideology) என்பதாகும். அறிவியல் ஆய்வுகளின் போக்கிற்கும் அவற்றின் பின்னணியில் உள்ள கருத்தியல்களுக்கும் உள்ள தொடர்பை அவர் விரிவாக விளக்குகிறார். இயற்பியலார் கோட்பாட்டு இயற்பியல் குறித்த கோடைகாலப் பள்ளி ஒன்றை கோர்ஸிகாவில் நடத்தத் திட்டமிட்டிருந்தார்கள். அதில் அனைத்துலக நிலையில் புகழ்பெற்ற இயற்பியலார் பங்குபெறுவதாக இருந்தது. ஆனால், பிரெஞ்சு மாணவர்களில் சிலர், 'இயற்பியலாரே! அமெரிக்கா வியட்நாம் மீது மேற்கொண்டுள்ள போர்க்குற்றங்களை வெளிப் படையாகக் கண்டிக்கும்வரை தூயக் கோட்பாட்டு இயற்பியலாரைப் பேசவிடாதீர்கள்' என்று குரல் எழுப்பினார்கள். அங்கிருந்து அறிவியலின் தன்மை குறித்தும் அதனுடைய பின்னணியில் உள்ள கருத்தியலின் தன்மை குறித்தும் சோம்ஸ்கி விவாதிக்கிறார்.

அறிவியல் ஆய்வை மேற்கொள்பவர்கள் தங்கள் ஆய்வை யாரும் கட்டுப்படுத்தக் கூடாது என்றும் ஆய்வுகள் சுதந்திரமாகவும் எவ்விதக் கட்டுப்பாடுகள் இன்றியும் மேற்கொள்ளப்பட வேண்டும் என்றும் வாதிடுகிறார்கள். அத்தகைய வாதங்கள் அறிவியலின் தன்மை பற்றியும் அது மேற்கொள்ளப்பட வேண்டிய சூழல்கள் குறித்தும் நமக்குத் தெளிவுபடுத்துகின்றன. உண்மையில் அறிவியல் ஆய்வுகள் மேலே கூறிய சூழல்களில்தான் நடைபெறுகின்றனவா? அதிகார மையம் என்பது ஒரு காலகட்டத்தில் பொருளாதார வசதி படைத்த வர்க்கத்துடன் தொடர்புகொண்டிருந்தது. ஆட்சி அதிகாரத்தில் வணிகர்களும் நிலவுடைமையாளர்களும் முக்கிய பங்கு வகித்தார்கள். சமூகம் நிலவுடைமைச் சமூகமாக இருந்தபோது நாம் காணும் நிலை அது. பிரெஞ்சுப் புரட்சியும் அதனை ஒட்டிய அறிவியல் வளர்ச்சியும் இரு உலகப் போர்களும் உலக சமூகங்களில் பெரும் மாற்றங்களை உண்டாக்கியுள்ளன. முதலாளித்துவம் முக்கியத்துவம் பெற்றது. அமெரிக்க ஐக்கிய நாடும் இங்கிலாந்தும் மற்றைய ஐரோப்பிய நாடுகளும் முதலாளித்துவத்தை முன்னெடுத்துச் சென்றன. நிலவுடைமை சமூக நிலையிலிருந்து முதலாளித்துவ சமூக நிலைக்கு வளர்ந்த நாடுகளின் சமூகங்கள் மாற்றம் அடைந்தன. அந்தச் சூழலில் அதிகார மையங்களிலும் மாற்றங்கள் ஏற்பட்டன. பொருளாதார வசதி

படைத்த வர்க்கத்தோடு அறிவாளிகள் என்னும் குழுவும் அதிகார மைய வட்டத்திற்குள் சேர்க்கப்பட்டது. பொருளாதாரம், சமூகவியல், உளவியல், சமூக அறிவியல் ஆகிய துறைகளின் அறிவு முக்கியத் தேவையாக அதிகார மையத்தால் உணரப்பட்டது. அறிவியலிலும் தொழில்நுட்பத்திலும் தேர்ச்சிபெற்ற வல்லுநர்கள் நாட்டின் உற்பத்திக்கும் பொருளாதார வளர்ச்சிக்கும் முக்கிய பங்காற்றுகிறார்கள். திட்டமிடுதல், செயல்படுத்துதல் ஆகிய எல்லா நிலைகளிலும் அறிவாளிகளின் பங்கு தவிர்க்க இயலாதது மட்டுமின்றி அவர்களின் தேவை மையமாக அமைந்துவிட்டது. அறிவியலின் ஆய்வும் தொழில்நுட்பத்தின் ஆய்வும் அதிகார மையங்களின் தேவைகேற்ப ஆரம்பித்தன. ஆய்வுக்கு நிதியுதவி என்பதும் அதிகார மையத்தின் தேவைகளைப் பூர்த்திசெய்யும் நிலையில் அமைய ஆரம்பித்தது. அப்போது நம் அறிவியல் சுதந்திரமாகவும் கட்டுப்பாடற்ற நிலையிலுமா நடைபெறுகிறது? அறிவின் எல்லையை விரிவு படுத்துவதற்காகவோ ஏற்றத் தாழ்வற்ற ஒரு சமூக அமைப்பை நிறுவுவதற்காகவோ ஆய்வுகள் தங்கள் எல்லையையோ குறிக்கோள் களையோ அமைக்கவில்லை. அங்கு ஒரு குறிப்பிட்ட வர்க்கத்தின் நலனுக்காகவும் வளர்ச்சிக்காகவும் அறிவாளிகள் பயன்படுத்தப் படுகிறார்கள். அத்தகைய சூழலில் அறிவாளிகளும் அதிகார வட்டத்திற்குள் சேர்க்கப்படுகிறார்கள். அவர்களுக்கு அனைத்து வசதிகளும் அளிக்கப்படுகின்றன.

மேலே குறிப்பிட்ட சூழலைப் புரிந்துகொள்ள அமெரிக்கா நடத்திய வியட்நாம் போர் குறித்த புரிதல் நமக்குத் துணைபுரியும். அமெரிக்காவின் வளமான பொருளாதாரம் அத்தகைய போரை நடத்த சாத்தியமாக்கியது. அங்கு நடத்தப்பட்ட போரில் படைத் தாக்குதலோடு அறிவியலின் அனைத்து அம்சங்களும் பயன்படுத்தப் பட்டன. மனித குல மேம்பாட்டிற்காகப் பயன்படுத்தப்படுவதாகக் கூறப்படுகின்ற அறிவியல், வியட்நாமில் வாழ்ந்த மக்களின் விளைநிலங்களைத் தரிசாக்கப் பயன்படுத்தப்பட்டது. இராசயனப் பொருள்களையும் வெடிகுண்டுகளையும் பயன்படுத்தி அவர்களுடைய வாழ்விடங்களும் நிலங்களும் தரைமட்டமாக்கப்பட்டன. அறிவியல் கண்டுபிடிப்புகளும் தொழில்நுட்பத்தின் கண்டுபிடிப்புகளும் அங்குப் பரிசோதிக்கப்பட்டன. அவர்களுடைய வாழ்வாதாரங்களை இழந்து அவர்கள் இன்னல்படத்தான் அறிவியல் மற்றும் தொழில் நுட்பங்களின் முன்னேற்றங்கள் அங்குப் பயன்படுத்தப்பட்டன. அத்தகைய கண்டுபிடிப்புகளிலும் ஆய்வுகளிலும் ஈடுபடும்

அறிவாளிகள் நன்கு ஆதரிக்கப்பட்டார்கள். அவர்களுடைய ஆய்வுகளுக்கு தாராளமாக நிதியுதவி வழங்கப்பட்டது. அதிகார மையத்திற்குள் அவர்களுக்கு உரிய மரியாதையும் வெகுமதியும் கிடைத்தன. அங்கு நிலங்கள் மட்டுமின்றி விவசாயிகளும் பெண்களும் குழந்தைகளும் மாண்டார்கள். நிலத்தின் அழிவிற்கும் மக்களின் மரணத்திற்கும் அறிவியலும் தொழில்நுட்பமும் பயன்படுத்தப்பட்டன. இந்த நிலை அமெரிக்கா மட்டும் மேற்கொள்ளும் நிலை அல்ல; உலகின் பெரும்பாலான நாடுகள் இத்தகைய நிலையைத்தான் எடுக்கின்றன. பல நாடுகளில் தோன்றிய இயக்கங்களும் அவற்றின் போராட்டங் களும் இதற்கு எடுத்துக்காட்டு. சர்வாதிகாரத்தால் கட்டுப்படுத்தி வைக்கப்பட்ட மக்கள் தங்கள் நாடுகளை ஜனநாயகப் பாதைக்குப் போராட்டங்கள் மூலம் கொண்டுவந்தது இதற்குரிய ஆதாரங்கள்.

சோம்ஸ்கி அமெரிக்க அரசியல் மட்டும் பேசவில்லை; உலக நாடுகளில் நிகழும் நிகழ்வுகளையும் மனதில் கொண்டு தம்முடைய விமர்சனத்தை முன்வைக்கிறார். மத்திய ஆசியாவில் உள்ள இஸ்ரேலுக்கும் அதனைச் சுற்றியுள்ள நாடுகளுக்கும் நடைபெற்றுக் கொண்டிருக்கும் போர்ச் சூழல் குறித்தும் அவர் பேசுகிறார். அந்தப் பிரச்சினையில் அமெரிக்காவும் மேலை நாடுகளும் மேற்கொள்ளும் நிலை குறித்தும் அவர் தம்முடைய கடுமையான விமர்சனங்களை முன்வைக்கிறார். அண்மையில் இலங்கையில் தமிழர்களுக்கு நிகழ்ந்த பேரவலத்தையும் அவர் கண்டிக்கத் தவறவில்லை. மேலை நாடுகள் உறுதியாகவும் கடுமையாகவும் இருந்திருந்தால் அப்பேரழிவை நடைபெறாமல் தவிர்த்திருக்கலாம். ஆனால், அந்த நாட்டில் நடந்த ஒரு பெரும் படுகொலையைத் தடுக்க அந்நாடுகள் தவறிவிட்டன என்பதை ஐ.நா. சபையின் ஒரு கூட்டத்தில் மிகவும் வன்மையாக எடுத்துரைத்தார்.[5] நியாயம் மீறப்படும்போதும் பேரவலம் நிகழ்ந்த போதும் அவற்றைக் கண்டிப்பதிலும் எதிர்ப்பதிலும் அவர் தவறுவதில்லை. கண்டிப்பது-எதிர்ப்பது என்பவற்றிற்கு மனித நேயமும் நியாயத்தை நிலைநாட்ட வேண்டும் என்ற உந்துதலும் அடிப்படையானவை.

மனித இயல்பும் விடுதலைக்கான போராட்டங்களும்

மனித இயல்பை அறிவதில் அவர் மிக ஆர்வம் காட்டுகிறார். அது மொழியியலையும் அரசியலையும் இணைக்கும் பாலமாக

அமைந்துள்ளது. மனிதன் பொதுவாகப் படைப்பாற்றலை முக்கியக் கூறாகப் பெற்றுள்ளான். அந்தக் குணப் பண்புதான் அவனை மற்றைய விலங்குகளிலிருந்து வேறுபடுத்துகிறது. அது மொழியில் வெளிப் படுகிறது; அவன் படைக்கும் கவிதைகள், கதைகள், காவியங்கள், ஓவியங்கள், சிற்பங்கள் ஆகியவற்றிலும் அறிவியலின் ஆராய்ச்சி களிலும் வெளிப்படுகிறது. அவர் மனிதனின் படைப்பாற்றலை இரு வகைகளாகப் பாகுபடுத்துகிறார். ஷேக்ஸ்பியர், வேர்ட்ஸ்வொர்த், தாகூர், பாரதி போன்ற இலக்கியக் கர்த்தாக்களும் நியூடன், கோபர்னிகஸ், ஐன்ஸ்டன் போன்ற சிறந்த அறிவியல் அறிஞர்களும் சாக்கரடீஸ், பிளேட்டோ, அரிஸ்டாடில், ரஸ்ஸல் போன்ற தத்துவ வாதிகளும் பெற்றிருந்த படைப்பாற்றலை முதல் வகையாகவும் மொழி பேசும் ஒவ்வொருவரும் பெற்றிருக்கும் படைப்பாற்றலை இரண்டாவது வகையாகவும் அவர் பாகுபாடு செய்கிறார். மொழியியல் மொழி பேசுவோனின் படைப்பாற்றலின் இயல்பைப் புரிந்துகொள்ள முயற்சிசெய்கிறது. மனித இயல்புகளில் இது முதன்மையானது. இந்தப் படைப்பாற்றலால்தான் மொழி பேசுவோன் புதிய புதிய வாக்கியங்களைப் படைக்கிறான்; அவ்வாறே கேட்போனும் புதிய புதிய வாக்கியங்களைப் புரிந்துகொள்கிறான். மனிதனின் படைப்பாற்றல் வெளிப்படுகின்ற முக்கியமான சாதனங் களில் மொழி முக்கியமானது. சோம்ஸ்கிக்கு மொழி மனித இயல்பைப் புரிந்துகொள்ள உதவும் ஒரு கருவி. அதனால்தான், மொழியியலை உளவியலின்-குறிப்பாக, புலனறி உளவியலின் பகுதியாக அவர் கருதுகிறார். மனிதன் தன் படைப்பாற்றலை வெளிப்படுத்த ஒடுக்கப்படாத முறையான சுதந்திரமான சமூகச் சூழல்கள் அமைய வேண்டும் என்பதை அவர் வலிமையாக வற்புறுத்துகிறார்.

இந்தப் பின்னணியிலிருந்து அவருடைய அரசியல் பயணம் தொடர்கிறது. அரசும் அதனைச் சார்ந்த பல்வேறு வகையான நிறுவனங்களும் மனிதனின் படைப்பாற்றலை வெளிக்கொணரப் பயன்படுகின்றனவா? என்பது நம்முன் உள்ள கேள்வி. மேல் நிலையில் உள்ள அதிகார மையம், கீழ்நிலையில் உள்ள நிறுவனங் களின் வழியாக தன் குறிக்கோள்களை நிறைவேற்றிக்கொள்கிறது. அதற்கு ஏற்றாற் போல பல்வேறு படிநிலையில் உள்ள நிறுவனங்கள் அதிகார மையங்களாகச் செயல்படுகின்றன. அத்தகைய அதிகார மையங்களில் இடம்பெறத்தான் ஒவ்வொரு சமூகக் குழுவும் போட்டிபோட்டுக்கொண்டு போராடுகின்றது. அறிவாளிகள் அதிகார

மையத்தின் குறிக்கோள்களுக்கு ஒத்துப்போகும்போது அவர்களை அதிகார மையம் அங்கீகரித்து அவர்களுக்குச் சமூக மரியாதையையும் பொருளாதார வசதிகளையும் அளிக்கிறது. ஒரு அரசு பெரும்பாலான உழைக்கும் மக்களுக்கு எதிரானதாகவும் சிறுபான்மையான முதலாளிகளுக்கும் பன்னாட்டு நிறுவனங்களுக்கும் சாதகமானதாகவும் அமையும் போது அடக்குமுறை ஏவிவிடப்படும். உழைக்கும் மக்களின் போராட்டங்கள் நசுக்கப்படும். அங்கு மனித இயல்பான படைப்பாற்றல் வெளிப்பட முடியாது. உழைப்பு சுகமானது என்ற நிலையிலிருந்து அது எந்திர கதியானது என்ற நிலைக்கு அந்நிலை நம்மை இழுத்துச்செல்லும். மனித மனம் ஒன்றாத உழைப்பு அவனுக்கு அந்நியமாகிறது. கொடுக்கப்படும் கூலிக்காக உழைப்பு அங்கு விற்கப்படுகிறது. முதலாளித்துவம் இலாபத்தை அடிப்படையாகக் கொண்டது. அந்தச் சூழல் ஒரு வணிக மையமான சூழல். மனித உறவுகளுக்கு எந்தவித இடமும் அங்குக் கிடையாது.

பெரும் வணிக நிறுவனங்களும் முதலாளித்துவத்தை ஒரு பொருளாதாரத் தத்துவமாக ஏற்றுக்கொண்ட அரசுகளும் அத்தகைய சமூகச் சூழல்களை உருவாக்குகின்றன. அது மனித இயல்புக்கு நேர்மாறானது. அடக்குமுறையால் ஆட்சிசெலுத்தும் அரசுகளும் நிறுவனங்களும் மனிதனின் படைப்பாற்றலை நசுக்குபவை. சுதந்திரம் அற்ற சமூகச் சூழல்கள் மனிதனின் இயல்புக்கு எதிர்மறையானது. அது அறத்திற்கும் புறம்பானது. மனித இயல்புக்கு உகந்த நாகரிகமானதும் அடக்குமுறையற்ற சுதந்தரமான சமூகம் அமைந்தால் தான் மனிதனின் முழுப் படைப்பாற்றலும் வெளிப்படும். அங்கு உழைப்பு சுமையாக இருக்காது; மகிழ்ச்சி நிறைந்ததாக அமையும். அத்தகைய சமூகத்தை உருவாக்குவதற்கு உழைக்கும் மக்கள் (உழைப்பு என்பது உடல்சார்ந்ததாகவும் அறிவுசார்ந்ததாகவும் இங்குப் பொருள் கொள்ளப்படுகிறது) போராட வேண்டியிருக்கிறது.

உலகின் பல்வேறு பகுதிகளிலும் நடைபெற்ற/நடைபெற்றுக் கொண்டிருக்கிற மாணவர் இயக்கங்களும் பல்வேறு சமூக இயக்கங்களும் இந்தக் குறிக்கோளை நிறைவேற்றப் போராடிக்கொண்டிருக்கின்றன. ஆகையால், சோம்ஸ்கியின் அரசியலிலும் மனித இயல்பும் அறமும் முக்கியப் பங்கு வகிக்கின்றன. மனிதனின் படைப்பாற்றல் சோம்ஸ்கியின் அரசியலிலும் மொழியியலிலும் மையமாக அமைந்துள்ளது. இங்கு சோம்ஸ்கி உலகின் பல்வேறு நாடுகள் குறித்து எடுத்த நிலைப்பாட்டையும் அப்பிரச்சினைகள் குறித்து முன்வைத்த

வாதங்களையும் இந்தப் பின்னணியில் நாம் நோக்கவேண்டும். அவற்றை நாம் இங்கு விரிவாகப் பார்க்கவில்லை. தனிநூலாக எழுதும் அளவிற்கு விரிவானது. மனித நேயமும் அறமும்தான் சோம்ஸ்கியின் அரசியல் நடவடிக்கைகளின் அடிநாதம். இந்தப் பின்புலங்களிலிருந்துதான் நாம் சோம்ஸ்கியைப் புரிந்துகொள்ள முயற்சிசெய்ய வேண்டும்.

குறிப்புகள்

1 *அது (போர்) சமூகம் முழுவதிலும் தவிர்க்க இயலாத ஆற்றல்களின் சீர்மைக்காக-வும் உணர்வுபூர்வமான கூட்டியக்கத்திற்காகவும் குழு உணர்வற்ற சிறுபான்மையினரை அரசுடன் ஒத்துழைக்குமாறு கட்டாயப்படுத்துகிறது. கலைப் படைப்பு, பகுத்தறிவு, அழகு, வாழ்வின் உயர்வு ஆகிய மதிப்பீடுகள் உடனடியாக தியாகம் செய்யப் படுகின்றன. அரசின் உறுப்பாக அங்கம் வகிக்கிற முதிர்வற்ற தரகு வர்க்கத்தினர்கள் மேலே கூறிய மதிப்பீடுகளைத் தாங்கள் மட்டும் தியாகம் செய்வதோடு மற்றவர்களையும் தியாகம் செய்யுமாறு வற்புறுத்துவார்கள் (1969: 172).*

2 போருக்காகத் திரட்டும் முயற்சி, 'போர் உத்திகளுக்கான பயிற்சியில்' அறிவாளிகளைச் செல்வாக்கிற்கும் அதிகாரத்திற்குமுரிய இடத்திற்குக் கொண்டுசேர்க்கும் (Chomsky 1969: 173).

3 *புதிய வகை நிலைப்பாடுகளையும் கொரில்லாப் போருக்கு எதிரான கோட்பாடுகளையும் வளர்த்து அவற்றைப் போர்ச் சூழலில் பரிசோதித்துப் பார்க்க விரும்பிய கல்விசார் சமூக அறிவியலாரின் செயல்பாடுகள் (சிலர் புதிய நிர்வாகத்தில் சேர்ந்தவர்கள்) வியட்நாமுக்கு எதிராக அதிகரிக்கும் செயற்பாடு களைத் தூண்டிவிட்டன* (Chomsky 1969:173).

4 சோம்ஸ்கியும் ஹெர்மனும் சேர்ந்து நியூயார்க் டைம்ஸ் என்ற பத்திரிக்கைக்கு எழுதிய கடிதம் மொழியும் பொறுப்பும் (Language and Resposibility 1977: 37-38) என்னும் நூலில் வெளியாகியுள்ளது.

5 சோம்ஸ்கி: சிறிலங்கா-ஒரு ரவாண்டா போன்ற படுகொலையைப் பற்றி மேற்கத்திய உலகம் கவலைப்படவில்லை *(தமிழ்நெட், வெள்ளி, 24 ஜூலை, 2009. 10.40 ஜிஎம்டி.)*

வியாழன் அன்று, ஐ.நா. மன்றத்தின் பாதுகாப்பு பொறுப்பமைப்பில் எம்ஐடியின் மதிப்புறு மொழியியல் பேராசிரியர் நோம் சோம்ஸ்கி, 'சிறிலங்கையில் நடைபெற்றது, வேறுபட்ட இன்னொரு அளவில்,

ரவாண்டா-படுகொலையைப் போன்றது' என்று கூறினார். 'மேற்கத்திய உலகம் இதைக் கண்டுகொள்ளவில்லை. பல எச்சரிக்கைகள் வந்தன. இந்த முரண் பல ஆண்டுகளாக இருந்தது. இதைத் தடுப்பதற்கு நிறைய வாய்ப்புகள் இருந்தும், இது குறித்து எந்த அக்கறையும் கொள்ளவில்லை.'

(ஐநாவின் மனிதநேய நடப்புகளின் தலைவர் ஜன் எகெலாண்ட் பாதுகாப்பு பொறுப்பமைப்பு, சிறிலங்காவில் தோல்வியுற்றது என்று கூறியதற்கு சோம்ஸ்கியின் எதிர்வினை. இன்னர் சிட்டி பிரஸ் 20,000 தமிழ் குடிமக்கள் கொல்லப்பட்டதாகக் குறிப்பிடுகிறது.)

விரிவான வாசிப்பிற்கு

Linguistics

Chomsky, N. 1951. *Morphophonemics of Modern Hebrew.* Mimeographed unpublished Master's Thesis, Philadephia: University of Pennsylvannia.

___. 1953. 'Systems of syntactic analysis,' *Journal of Symbolic Logic,* 18, pp. 242-56.

___. 1955a. *The Logical Structure of Linguistic Theory,* (manuscript) Harvard University and Massachusetts Institute of Technology, Cambridge, Mass. (Revised 1956 manuscript published in part as *The Logical Structure of Linguistic Theory* by New York: Plenum, 1975; Chicago, IL: University of Chicago Press, 1985).

___. 1955b. 'Semantic consideration in grammar,' *Monograph no.8,* pp. 141-153, The Institute of Languages and Linguistics, Georgetown University.

___. 1955c. *Tranformational analysis.* Ph. D. dissertation, University of Pennsylavania.

___. 1956, 'Three models for the description of language,' *I. R. E. Transactions on Information Theory,* vol. IT-2/3, pp. 113-24. Reprinted with corrections in *Readings in Mathematical Psychology.* Vol. II, (eds.) R.D. Luce, R. Bush, and E. Galanter, (New York, 1965).

___. 1957a. *Syntactic Structures.* The Hague: Mouton & Co.

___. 1957b. 'Review of Jakobson and Halle, *Fundamentals of Language,*' in *International Journal of American Linguistics.* 23, pp. 234-41.

___. 1959a. 'Review of B. F. Skinner *Verbal Behavior*', *Language.* 35, pp. 26-58. Reprinted in Fodor and Katz (1964).

___. 1959b. 'On certain formal properties of grammar.' *Information and Control.* 2, pp. 133-67.

___. 1959c. 'A note on phrase structure grammars,' *Information and Control.* 2, pp. 393-5.

___. 1961a. 'On the notion 'rule of grammar', *Structure of Language and its*

Mathematical Aspects, Proceedings of the 12th Symposium in Applied Mathematics. (ed.) R. Jakobson. Providence, pp. 6-24. Reprinted in Fodor and Katz, pp. 119-36.

___.1961b. 'Some methodological remarks on generative grammar,' *Word* 17, pp. 219-39.

___. 1962a. 'A transformational approach to syntax,' in *Third (1958) Texas Conference on Problems of Linguistic Analysis in English.* (ed.) A. A. Hill (Austin) pp. 124-58. Reprinted in Katz and Fodor, pp. 211-45 (1964).

___. 1962b. 'Explanatory models in linguistics,' in (eds.) E. Nagel, P. Suppes, and A. Tarski, *Logic, Methodology, and Philosophy of Science.* (Stanford), pp. 528-50.

___. 1964. *Current Issues in Linguistic theory.* The Hague: Mouton & Co.

___. 1965. *Aspects of the Theory of Syntax.* Cambridge. Mass.: MIT Press.

___.1966a. *Topics in the Theory of Generative Gramma.* The Hague: Mouton & Co.

___. 1966b. *Cartesian Linguistics.* New York.

___. 1969. 'Linguistics and Philosophy', in (ed.) S. Hook, *Language and Philosophy.* New York: New York University Press.

___. 1970. 'Remarks on nominalizations', in (eds.) R. A. Jacobs and P. S. Rosenbaum. *Readings in English Transformational Grammar.* Waltham, MA: MIT Press. pp. 232-286.

___. 1971. *Problems of Knowledge and Freedom.* New York: Pantheon.

___.1972a. *Language and Mind* (enlarged edition). New York: Harcourt BraceJovanovich.

___.1972b. 'Some empirical issues in the theory of transformational grammar', in (ed.) S. Peters, *Goals of Linguistic Theory.* New Jersey: Prentice

___.1973. 'Conditions on transformations', in (eds.) S. R. Anderson and P. Kiparsky, *A Festschrift for Morris Halle.* New York: Holt, Rinehart Winston, pp.232-286.

___. 1977. 'On wh-movement', in P. W. Culicover, T. Wasow and A. Akmajian (eds.) *Formal Syntax.* New York: Academic Press, pp. 71-132.

___.1980a. *Rules and Representation.* Oxford: Basil Blackwell.

___.1980b. 'On cognitive structures and their development', in (ed.) M. Piattekki-Palmarini, *Language and Learning: The Debate between Jean Piaget and Noam Chomsky.* London: Routledge & Kegan Paul.

___.1981. *Lectures on Government and Binding.* Dordrecht: Foris

___.1982a. *Some Concepts and Consequences of the Theory of Government and Binding.* Cambridge, Mass.: MIT Press.

___.1982b. 'On the representation of form and function', in (eds.) J. Mehler, E.C.T. Walker and M.F.Garrett, *Perspective on Mental Representation: Experimental and Theoretical Studies of Cognitive Processes and Capacities.* Hilldale: Erlbaum.

___.1983c. *The Generative Enterprise: A discussion with Riny Huybregts and Henk van Riemsdijk.* Dordrecht: Foris.

___.1986a. *Knowledge of Language: Its Nature, Origin and Use.* New York: Praeger.

___.1986b. *Barriers.* Cambridge, Mass.: MIT Press.

___.1987. 'Transformational Grammar: past, present, and future', in *Studies in English Language and Literature.* Kyoto University, pp. 33-80.

___.1988. *Language and Problems of knowledge: The Managua Lectures.* Cambridge, Mass.: MIT Press.

___.1990. 'Language and Mind', in (ed.) D. H. Mellor, *Ways of Communicating.* Cambridge: Cambridge University Press, pp. 56-80.

___.1991a. 'Linguistics and adjacent fields: personal view', in (ed.) A. Kasher, *The Chomskyan Turn.* Oxford: Blackwell, pp. 5-23.

___.1991b. 'Linguistics and cognitive science: problems and mysteries', in (ed.) A. Kasher, *The Chomskyan Turn.* Oxford: Blackwell, pp.26-53.

___.1991c. 'Some notes on economy of derivation and representation', in (ed.) R. Freidin , *Principles and Parameters in Generative Grammar.* Cambridge, Mass: MIT Press, pp. 417-454 (Reprinted in Chomsky, 1995, pp. 129-166).

___.1993. 'A minimalist program for linguistic theory' in (eds.) K. Hale sand S. J. Keyser, *The View from Building 20: Essays in Linguistics in Honor of Sylvain Bromberger.* Cambridge, Mass.: MIT Press. pp. 1-52. (reprinted as chapter 3 of Chomsky 1995).

___. 1995a. 'Language and nature', *Mind.* 104, pp. 1-62.

___. 1995b. 'Bare phrase structure', in (ed.) G. Webelhuth, *Government and Binding Theory and the Minimalist Programme.* Oxford: Blackwell, pp. 383-440.

___. 1995c. *The Minimalist Program.* Cambridge, Mass: MIT Press.

___. 2000. *Minimalist Inquiries: the Framework* in (eds.) R. Martin, D. Michaels and J. Uriagereka, *Step by Step: Essays on Minimalism in Honor of*

Howard Lasnik. Cambridge, Mass.: MIT Press, pp. 89-155.

___. 2001. *Derivation by Phase*, in (ed.) M. Kenstowicz. *Ken Hale: A Life in Language.* Cambridge, Mass.: MIT Press. pp. 1-52.

___. 2002. *On Nature and Language.* Cambridge: Cambridge University Press.

___. 2004. *Beyond Explanatory Adequacy*, in (ed.) A. Belletti. *Structures and Beyond: The Cartography of Syntactic Structures.* Vol. 3, Oxford University Press, pp. 104-131).

___. 2005a. 'Three factors in language design', *Linguistic Inquiry,* 36: 1-22.

___. 2005b, 'On Phases', unpublished paper, MIT (to appear in C. P. Otero et. al. eds. *Foundational Issues in Linguistic Theory.* Cambridge, Mass.: MIT Press).

___. 2006. 'Approaching UG from below', unpublished paper, MIT.

___. Halle, M. and Lukoff, F. 1956, 'On accent and juncture in English,' *For Roman Jakobson.* -Gravenhage.

___. and Miller, G. A. 1963a. 'Introduction to the formal analysis of natural languages,' in (eds.) R. D. Luce, R. Bush, and E. Galanter, *Handbook of Mathematical Psychology.* Vol. II, pp.269-322, New York: Wiley.

___.and Schützenberger, M. P. 1963b. 'The algebraic theory of context-free languages,' in (eds.) P. Braffort and D. Hirschberg, *Computer Programming and Formal Systems (Studies in Logic Series).* pp. 119-161, Amsterdam: North-Holland.

___. & Halle, 1965. 'Some controversial questions in phonological theory,' *Journal of Linguistics.* 1, pp. 97-138.

___. & Halle, M. 1968. *The Sound Pattern of English.* New York: Harper and Row.

___. & Lasnik, H. 1977. 'Filters and control', *Linguistic Inquiry.* 8: 425-504.

___. 1993. 'The theory of principles and parameters', in (eds.) J. Jacobs, A. von Stechow, W. Sternefeld & T. Venneman *Syntax: An international handbook of contemporary research.* Berlin: Mouton de Gruyter, pp. 506-569 (reprinted in Chomsky 1995, pp. 13-127).

Philosophy

Human Nature: Justice versus Power – Noam Chomsky debates with Michael Foucault, 1971. http://www.chomsky./info/debates/1971 xxx.htm

Chomsky, Noam 1973. 'Science and ideology,' in *Jawaharlal Nehru: Memorial Lectures.* Bombay: Bharatiya vidya Bhavan, pp. 170-208.

Politics

Chomsky, Noam. 1969a. *American Power and the New Mandarins.* New York: Vintage Books, A division of Random House.

___. 1969 b. 'Knowledge and Power: Intellectuals and the Welfare/Warfare State' in (ed.) Long Priscilla, *The New Left.* Boston, Mass: Extending Horizons Books. Pp. 172-199.

___. 1973. *For Reasons of State: Liberty.* Fontana/ Collins.

___. 1974. *Peace in the Middle East: Reflections on Justice and Nationhood.* New York: Vintage Books, A division of Random House.

___. 1996. *Powers and Prospects: Reflections on Human Nature and the Social Order.* Delhi: Madhyam Books.

___. 1999. *Profit over People: Neoliberalism and Global Order.* Delhi: Madhyam Books.

___. 2001. 'The new war against terror,' *Frontline.* Nov. 23, pp. 8-11.

___. 2003. 'Dominance and its dilemmas,' *Frontline.* Nov. 21, pp. 4-11.

On Chomsky

Allen, J. P. B. and van Buren, P. 1971. *Chomsky: Selected Readings.* London: Oxford University Press.

Badrinath, K. 'A film on Chomsky', *Frontline.* March 25, 1994, pp. 82-83.

Barsky, R. F., 2009. *The Chomsky Effect.* New Delhi: Orient Blackswan Pvt. Ltd.

Chattopadhyay, Suhrid Sankar and Chaudhuri, Kalyan. 'An event in Kolkata,' *Frontline.* Dec. 21, 2001, pp. 15-19.

Collier, Peter and Horowitz, David (eds), 2005. *The Anti Chomsky Reader.* New Delhi: Viva Books Private Limited, Indian edition.

Harman, Gilbert. 1974. *On Noam Chomsky: Critical Essay.* New York: Anchor Books, Anchor Press/Doubleday.

Leiber, Justin. 1975. *Noam Chomsky: A Philosophic Overview.* Boston: G. K. Hall and Co.

Lyons, John. 1970. *Modern Masters: Noam Chomsky.* New York: The Viking Press.

Muralidhar Reddy, B. 'The response in Pakistan,' *Frontline.*

Dec. 21, 2001, pp. 19-20.

Rai, Milan. 1996. *Chomsky's Politics.* New Delhi: Raw Publications.

Ram, N. 'The importance of Chomsky ideas,' *Frontline.* Dec. 21, 2001, pp. 4-6.

Ramachandran, V. K. 'An intellectual event: Noam Chomsky's India visit,' *Frontline.* Feb. 23, 1996, pp.22-27.

Ramachandran, V. K. 'Chomsky In First Person,' *Frontline,* Dec.21, 2001, pp. 8-14 (interview with Chomsky).

Sainath, P. 'It's like opening up India to global narco-traffickers: Chomsky on media issues,' *Frontline.* Feb. 23, 1996, 28-30 (interviewed with Chomsky).Rajalakshmi, T. K. 'Of democracy and world order: Chomsky minces no words,' *Frontline.* Feb. 23, 1996, pp.30-32.

Sukumar Muralidharan, 'A landmark visit', *Frontline.* Nov. 2001, pp. 94-95.

உசாத்துணை

Annamalai, E. 2000. 'The Linguistic Heritage of India', in *Linguistic Heritage of India and Asia,* (eds.) Omkar N. Koul and L. Devaki, Mysore: Central Institute of Indian Languages, pp. 1-6.

Bloomfield, L. 1933. *Language.* New York: Holt, Rinehart and Winston.

Fodor, J.A. and Katz, J.J. 1964. (eds.) 1964. *The Structure of Language: Readings in the Philosophy of Language,* Englewood Cliffs, N. J: Printice Hall.

Gleason, H. A. 1955. *An introduction to Descriptive Linguistics,* New York: Holt, Rinehart & Winston, Inc. Calcutta: Indian Reprint, 1966.

Greenberg, J. H. 1963. 'Some universals of grammar with particular reference to the order of meaningful elements', in J. H. Greenberg (ed.) *Universals of Language,* Cambridge: MIT Press. pp. 58-90.

Hockett, C.F. 1958. *A course in modern linguistics.* New York: The Macmillan Company.

Katz, J.J. and Fodor, J.A. 1964. 'The structure of a semantic theory', in *Language,* 39, pp. 170- 210. Reprinted in Fodor and Katz (1964)

Katz, J.J. and P.M.Postal, 1964. *An integrated theory of linguistic description,* Cambridge, Mass.: MIT Press.

Keenan, Edward L.and Bernard Comrie, 1977. 'Noun Phrase Accessibility and Universal Grammar', in *Linguistic Inquiry* 8. Pp. 63-99.

Langacker, R. W. 1968. *Language and Its Structure: Some Fundamental Linguistic Concepts,* New York: Holt, Rinehart & Winston Inc.

Lees, R.B. 1957. 'Review of *Syntactic Structures*' appeared in *Language,* 33, pp.375-407. Also appeared in *On Chomsky,* (ed.) Gilbert Harman, New York: Anchor Books, pp.34-79.

____. 1960. *The grammar of English nominalizations,* supplement to *International Journal of American Linguistics,* 26.

Lyons, John. 1968. *An Introduction to Theoretical Linguistics.* Cambridge: Cambridge University Press.

Rangan, K. 1971. 'Modals as Main Verbs in Tamil', in the *Proceedings of the First All India Conference of Linguists,* (eds.) A.M. Ghatage et al. Poona: Linguistic Society of India. Reprinted in *moli mukankal,* (eds.) R.M. Sundaram et al. Thanjavur: Thanjai aayviyal kazhakam. pp. 295-314.

____. 1972. *A Contrastive Study of the Grammatical Structures of Tamil and English,* Delhi: University of Delhi, Ph.D. Diss.

____.2001. 'Paradigm Shift in Linguistics' in *Kaveri: Prof. Y. Subbarayalu Felicitation Volume,* (ed.) S. Rajagopal, Chennai: Panpattu Veliyiittakam.

Rujira Sengnet, 2009. *Descriptive Study of Kensiw Dialect (Spoken in Southern Thailand),* Pune: Ph.D. diss. Deccan College.

சுட்டி

அக அமைப்பு, 39, 41-44, 46, 50-56, 64, 72-73, 87, 108
அகத்தியலிங்கம், 59
அடுக்கு உறவு, 16, 67
அண்ணாமலை, இ. 13
அண்மை உறுப்புப் பகுப்பாய்வு, 22-23, 25, 31-35, 69, 109
அதிகாரம், 116, 122, 124-125
அதிகார மையம், 116-119, 121, 124-128
அமைப்பியம், 18
அமைப்பு வகைப்பாடு, 67-69, 72
அரசியல், 116
அரசு முதலாளித்துவம், 123
அரிஸ்டாடில், 128
அளகை, 60, 61, 63, 90-92
அறநெறி, 118, 123
அறம்/நியாயம், 129, 130
அறிதிறன், 82, 83, 87, 96
அறிவாளி, 116-121, 124, 126, 128
அனுபவவாதம், 111
ஆக்கமுறை இலக்கணக் கோட்பாடு, 71, 96, 97, 101
ஆக்கமுறை ஒலியனியல், 37
ஆக்கமுறை ஒலியனியல் கோட்பாடு, 73
ஆக்கமுறைப் பொருண்மையியல், 46, 107
ஆக்கம், 5
ஆக்கமுறை ஒலியனியல், 37
இடம், 44, 45, 60
இடமாற்றுப் பகுப்பாய்வு, 29
இணைநிலைக் கொள்கை, 22, 35

இந்திய இலக்கண மரபு, 12-14
இயற்கை மொழி, 29, 30, 57, 64
இயைபு, 44, 60
இராமசாமி, என். 73
இலக்கண உறவு, 4, 87, 105, 106
இலக்கணப் பொருள், 5, 10
இலக்கண மரபு, 13
இறுதிக் குறியீடு, 69
உச்ச வரம்பு, 56
உட்கிடை அளவுகோல், 105
உட்கிடை உறவு, 105
உருபனியல், 8, 21, 22, 28, 31, 59, 76
உலகக் கண்ணோட்டம், 19, 20
உலக நியதி, 122
உள்ளடக்கம், 112
உள்ளீடு, 42, 73, 87
உள்ளுணர்வு, 75-77, 109
உளவியல் அணுகுமுறை, 20
உறவுமுறைச் சொல், 20
உறுப்பமைவு, 16
உறுப்பமைவு உறவு, 16, 67
எதிர்த்தூண்டல், 78, 79
எண், 44, 45, 60
எளிவரல் படிநிலை, 106
ஏ-மேல்-ஏகொள்கை, 52
ஐந்திர மரபு, 13
ஐன்ஸ்டன், 113, 128
ஒட்டுநிலை, 4
ஒப்புமையாக்கம், 81, 98
ஒப்பீட்டு மொழியியல், 2, 31
ஒரு பொருட் பன்மை, 22

ஒருமைத் தன்மை,
ஒலி அமைப் பொழுங்கு, 104
ஒலி பிறப்பியல், 104
ஒலியியக்கவியல், 103, 104
ஒலியியல், 11, 14, 77
கட்டமைப்பியம், 99
கட்டாய மாற்று விதிகள், 39
கண்ணோட்ட மாற்றம், 11, 15, 27
கருத்துக் கருவி, 71, 109, 110, 112
கருத்தியல், 18, 123, 125
கருதுகோள், 48, 59, 63, 107, 108, 112
கவர் பொருள், 82, 85, 87
கற்றல் கோட்பாடு, 79
கற்றல் புலம், 114
காட்ஸ், ஜெ.ஜெ. 38
காணும் வழிமுறை, 16, 75, 76, 79, 101
கிரீன்பர்க், 58, 104, 105, 106
கீனன், எட்வேர்டு. 105, 106
குடும்ப மொழிகள், 2, 11, 14
குறுமை நிரல், 71, 72
குறைத்தலியம், 43, 107, 108
கூற்று, 22
கூறிடல், 16, 17
கொம்ரி, பெர்னார்டு. 105, 106
கொள்கைகளும் அளகைகளும், 63, 64, 68, 72
கோட்பாட்டு மொழியியல், 75
கோபர்னிகஸ், 128
சசூர், 14-18, 62
சபீர், 18, 19, 20, 74, 75, 115
சமூகப் பொறுப்பாளி, 121
சாக்கரடீஸ், 128
சிக்கனக் கொள்கை, 36, 37, 46, 51, 71, 72, 108
சுட்டு, 49, 68
சுட்டுறவு, 67
செயல்திறன், 82
செயல்பாட்டு உறவு, 66
செயல்பாட்டு வகைப்பாடு, 67-69

சேர்க்கை முறை, 31
சொல்லாடல், 24, 25, 80
டர்கைம், 15
ட்ரேகர். 111
டார்வின், 113
தத்துவக் கண்ணோட்டம், 57, 111
தத்துவக் கோட்பாடு, 111
தத்துவ விசாரணை, 124
தமிழின் ஆக்கமுறை இலக்கணம், 59
தர்க்கம், 100, 121
தரக் கோட்பாடு, 40, 41, 46, 72
தாகூர், 128
தீர்ப்பு, 22, 76, 83, 88
தூண்டல், 78, 79
தொடக்கக் குறியீடு, 69
தொல்காப்பியம், 13
நகர்வு விதி, 50-56, 63, 73
நியாயம், 116, 123, 124, 127
நியூட்டன், 113, 128
நியூ யார்க் டைம்ஸ், 118, 130
நிரப்பி, 68
நிரப்பிய உறவு, 66
நிலவுடைமைச் சமூகம், 125
பகுத்தறிவுவாதம், 111
படிநிலை அமைப்பு, 68, 69, 105
படிநிலை உறவு, 68
பதிலீடு முறை, 23
பாணினி, 13
பாரதி, 62, 128
பால், 44, 45, 60
பியாஜே, ஜீன். 97, 99,114, 115
பிராக் மொழியியல் பள்ளி, 102, 115
பிரெஞ்சுப் புரட்சி, 125
பிளாக், பெர்னாட். 77, 111
பிளேட்டோ, 128
புலனறி உளவியல், 100, 128
புலனறிவு வளர்ச்சி, 78
புளூம்பீல்டு, லெனார்ட். 11, 18, 19, 37, 75-77, 101, 106, 115

புற அமைப்பு, 39, 41-53, 64, 87, 108
புறக்கட்டுப்பாடு, 40, 84, 96
புறநடத்தையியம், 18, 79, 80
பைக், கென்னத், 21, 26, 115
பொது இலக்கணம், 101, 112, 115
பொதுவுடைமைக் கொள்கை, 123
பொருண்மைக் கோட்பாட்டின் அமைப்பு, 38
ஃபூக்கோ, 113, 115, 123, 124
ஃபோடர், ஜெ.எ. 38
போயஸ், 74
போஸ்டல், பால். 38, 46
மகாத்மா காந்தி, 116
மதிப்பீட்டு நெறிமுறை, 37
மரபு இலக்கணம், 102, 112
மனித நேயம், 130
மனிதப் பரிணாம வளர்ச்சி, 93
மார்க்சியக் கோட்பாடு, 127, 120
மாற்றிலக்கண மொழியியல், 27
மீளுமைப் பண்பு, 40, 80
முதலாளித்துவம், 119, 120, 123, 125, 129
மெக்காலே, ஜேம்ஸ். 45, 46
மையத் துணை ஒழுங்கமைவு, 77
மொழி அறிதிறன், 81-83, 85-88, 90, 93, 96, 109
மொழி அறிவு, 81, 83, 87, 100, 101
மொழி கற்றல் கோட்பாடு, 78-80
மொழிக்கொள்கை, 117
மொழிப்புலம், 97, 114
மொழிப்பேறு, 20, 82, 88, 96, 97, 114
மொழிப்பேறு சாதனம், 113, 114
மொழியும் பொறுப்பும், 120, 130
மொழி விவரிப்பின் ஒரு ஒருங்கிணைந்த கோட்பாடு, 38
யாக்கோப்ஸன், ரோமன். 37, 102, 104

ராஸ், ராபர்ட். 45, 46, 107
ரஸ்ஸல், பெட்ரண்ட். 128
லாக்கஃப், ஜார்ஜ். 45, 46, 107, 109
லீஸ், ராபர்ட். 30
லேம்ப், சிட்னி. 26
லைன்ஸ், ஜான். 12
வகைப்பாட்டியல், 4
வகைப்பாட்டுப் பொதுமைகள், 42, 43, 103, 107, 108
வகையுறவுக் கோட்பாடு, 26
வடிவப் பொதுமைகள், 33, 42, 43, 45, 103, 107, 108, 110
வண்ணனை நிறைவு, 109
வரலாற்று மொழியியல், 2, 15, 27, 31
வரிசைமுறை, 58, 104, 105
வருகைமுறை, 21, 31, 80
வாய்மொழி நடத்தை, 80
வித்து வாக்கியம், 25, 39
விதி உருக்கள், 64
விதிதரு தர்க்கம், 106
விதிவரு தர்க்கம், 106
விரிதரக் கோட்பாடு, 50
விருப்ப மாற்று விதிகள், 39
வுர்ஃப், 20, 74
வெல்ஸ், ரூலன். 22
வெற்று இலக்கண வகை, 56
வேர்ட்ஸ்வெர்த், வில்லியம். 128
வேற்றுநிலைக் கொள்கை, 22, 35
ஸ்கின்னர், பி. ஃஎப். 79, 80
ஷேக்ஸ்பியர், 128
ஹாக்கெட், சார்லஸ், 22, 77, 98, 115
ஹாலே, மோரிஸ். 30, 37, 104
ஹெர்மன், 118, 130
ஹேரிஸ், ஜெல்லிக். 22-26, 28, 29, 31, 69, 77, 79, 80, 101, 115, 116,